മുന്തിരിവള്ളിയും നെയ്യാമ്പലുകളും

ഖലീൽ ജിബ്രാൻ

വിവർത്തനം:

ഡോ. മുഞ്ഞിനാട് പത്മകുമാർ

ഗ്രീൻ ബുക്സ്

green books private limited
gb building, civil lane road, ayyanthole,
thrissur- 680 003, kerala, ph: +91 487-2381066, 2381039
website: www.greenbooksindia.com
e-mail: info@greenbooksindia.com

branches:
thrissur 8589095302
thiruvananthapuram 8589095301
calicut 8589095307

malayalam
mundhirivalliyum neyyambalukalum
spiritual
by
khalil gibran

translated by
dr. munjinadu padmakumar

published february 2013
reprinted august 2016

cover design & layout : rajesh chalode

isbn : 978-81-8423-228-8

₹ 210.00
GBPL/475/2013/X003

ഗ്രീൻ ബുക്സ്

മുന്തിരിവള്ളിയും നെയ്യാമ്പലുകളും

ഖലീൽ ജിബ്രാൻ

കവി, ചിത്രകാരൻ, തത്ത്വചിന്തകൻ.
1883ൽ ലെബനോനിലെ ബെഷേറ ഗ്രാമത്തിൽ ജനനം.
അറബിയിലും ഇംഗ്ലീഷിലുമാണ്
ജിബ്രാൻ കൃതികൾ എഴുതപ്പെട്ടിട്ടുള്ളത്.
പ്രവാചകൻ എന്ന കാവ്യമാണ് ജിബ്രാന്റെ
ഏറ്റവും പ്രശസ്തമായ കൃതി.
പ്രവാചകൻ, ആദ്യാനുരാഗം, നാസ്തികനായ ഖലീൽ,
ദൈവത്തിന്റെ ചുംബനങ്ങൾ തുടങ്ങിയ കൃതികൾ
ഗ്രീൻബുക്സ് പ്രസിദ്ധീകരിച്ചു.

1931 ഏപ്രിൽ 10ന് അന്തരിച്ചു.

ഡോ. മുഞ്ഞിനാട് പത്മകുമാർ
കവി, വിവർത്തകൻ.
മലയാള സാഹിത്യത്തിൽ ബിരുദാനന്തര ബിരുദം.
'Spiritual Awakening Under the Influence of Remana Maharshi'
എന്ന വിഷയത്തിൽ ഡോക്ടറേറ്റ് നേടിയിട്ടുണ്ട്.
കവിത, സംഗീതം, യാത്ര, ചരിത്രം, ബാലസാഹിത്യം,
വിമർശനം, തത്ത്വചിന്ത, വിവർത്തനം, അഭിമുഖം
എന്നീ മേഖലകളിലായി മുപ്പതിലധികം
കൃതികൾ പ്രസിദ്ധീകരിച്ചിട്ടുണ്ട്.
ദൈവത്തിന്റെ ചുംബനങ്ങൾ (വിവർത്തനം)
ഗ്രീൻ ബുക്സ് പ്രസിദ്ധീകരിച്ചു.
ദൃശ്യമാധ്യമങ്ങളിൽ സജീവമായിരുന്നു.
ആശാൻ പുരസ്കാരം (2009),
കാഴ്ച തിരക്കഥ പുരസ്കാരം (2011),
കെ.പി.അപ്പൻ പുരസ്കാരം (2012) എന്നിവ നേടിയിട്ടുണ്ട്.

ഭാര്യ: മിനി എസ്. മകൾ: ദേവികൃഷ്ണ

വിലാസം: *'നീലാംബരി', ശ്രീവിലാസം നഗർ,*
വടക്കേവിള പി.ഒ., കൊല്ലം – 691 010

കവിയാകും മുൻപ്
നീയൊരു നക്ഷത്രമായിരുന്നു.
നക്ഷത്രമാകും മുൻപ്
നീയൊരു ആകാശമായിരുന്നു.
ആകാശമാകും മുൻപ്
നീയൊരു പ്രകാശമായിരുന്നു.
അനന്തമായ കാലമേ,
ദേവാലയത്തിനു പുറത്തേക്ക്
ഇറങ്ങിവരുന്ന നിന്നെ കാണാൻ
ഞാനിതാ കാത്തു നിൽക്കുന്നു.
നീ വന്നാലും.

ജിബ്രാൻ

ജെ,

സ്നേഹസമൃദ്ധമാം രാവുകളിതാ
നമുക്കൊരു പാരിതോഷികം
കൊണ്ടുവന്നിരിക്കുന്നു. അത്
അനശ്വരമായൊരു പാരിതോഷികമാണ്.
അതിന്റെ ചിറകുകളിൽ കാലത്തിന്റെ
മർമ്മരമുണ്ട്. അതിന്റെ അഴകിലാകെ
അചുംബിതമായൊരു കാമനയുണ്ട്.
പ്രണയിനീ, നീ എന്റെ ഹൃദയത്തെ
താലോലിച്ചാലും. സ്വർഗ്ഗലാവണ്യം
പേറുന്ന നിന്റെ തളിർമേനിയെ
ചുംബിച്ചുണർത്താൻ ഞാൻ സന്നദ്ധനാണ്.
നോക്കൂ, അഗ്നിയിൽ നിന്നും
ജലരാശികളുടെ പിതാമഹനായ
സമുദ്രത്തിൽനിന്നും ആത്മാവിലേക്ക്
കുതിക്കുന്ന പക്ഷികൂട്ടങ്ങളെ
നീ കാണുന്നില്ലേ? വരൂ, നിന്റെ കാമനകളെ
ഞാൻ അമർത്തി ചുംബിക്കട്ടെ.

ജിബ്രാൻ

എമിലീ,

സ്നേഹസൗന്ദര്യത്തിന്റെ ആഴം
നമുക്ക് അളന്നെടുക്കാൻ കഴിയില്ലല്ലോ.
ഹേ, നിശാശലഭങ്ങളേ, നിങ്ങളെന്തിനാണ്
ഞങ്ങൾക്കു ചുറ്റും നൃത്തം ചെയ്യുന്നത്.
നിങ്ങളെന്തിനാണ് ഞങ്ങളുടെ
ആത്മാവിലേക്ക് പറന്നിറങ്ങി
അതിന്റെ സൗരഭ്യം നുകരുന്നത്.
ഹേ, ജ്വാലാമുഖികളേ, നിങ്ങളുടെ
അഭിലാഷത്തെ സ്വർഗ്ഗീയമാക്കുവാൻ
ഇതാ എന്റെ പ്രണയിനി വരുന്നു.
അവളുടെ കിന്നരിയിൽ വിരിഞ്ഞ
അപൂർവ്വരാഗങ്ങൾ എന്റെ അന്തരാത്മാവിന്റെ
സാഫല്യം കൂടിയാണ്.
ഞങ്ങളിതാ ഒരു നിമിഷമാകുന്നു.
ധ്യാനപൂർണ്ണതയിൽ വിരിഞ്ഞ
പ്രാണനിമിഷമാകുന്നു.

ജിബ്രാൻ

പ്രിയപ്പെട്ട ബാരി,

ഇരുളിൽ നിന്ന് പ്രകാശവർഷത്തിലേക്കൊരു
തുടിപ്പ്. മഞ്ഞിൻ നൂലിഴകളാൽ
കൊരുത്തെടുത്ത നഭസ്സിൽ ഒരു നാളം.
നിന്റെ ഗാനങ്ങൾക്ക് എന്തു മാധുര്യമാണ്.
എന്റെ മൗനഹൃദയത്തെ അത്
എത്ര വേഗത്തിലാണ് സുവർണ്ണ
ശോഭിതമാക്കുന്നത്. ഹേ, പ്രണയിനി,
ആത്മാനന്ദത്താൽ സുശോഭിതമായ
ഈ പകൽ ഞാൻ നിനക്ക് സമർപ്പിക്കട്ടെ.
നിന്റെ പ്രണയത്തിൻ തീവ്രഗാനത്താൽ
ഞാൻ പറന്നുയരാൻ കൊതിക്കട്ടെ.
അചുംബിതമാം നിന്റെ ഋതുമന്ദഹാസത്തെ
ഞാൻ കിനാവുകാണട്ടെ.
മേഘ മർമ്മരങ്ങൾക്കിടയിൽ തുടിക്കുന്ന
എന്റെ ശബ്ദം നീ കേട്ടുവോ?
എങ്കിൽ നീയെന്തേ എന്നോടൊപ്പം
ഒരു ഗാനത്തിൽ അലിഞ്ഞൊഴുകാൻ വന്നില്ല?

ജിബ്രാൻ

എമിലി മിഖേൽ,

നീ നിശീഥിനിയോട് പറഞ്ഞ കിന്നാരങ്ങളിതാ
ഈ പകലിൽ പൂവുകളായിരിക്കുന്നു.
നിന്റെ തളിരധരങ്ങൾ തന്നെ അതു
വിളിച്ചുപറയുന്നല്ലോ. മഞ്ഞുകൂടാര
ത്തിനുള്ളിലിരുന്ന് നീ ഇപ്പോഴെന്തു
ചെയ്യുകയാണ്. നിന്റെ താരുണ്യത്തെ
ഓർത്തോർത്ത് ഞാനിപ്പോഴും
പ്രണയഗീതങ്ങൾ രചിക്കാറുണ്ട്. ലോലമാം
നിന്റെ പ്രണയസ്പർശത്താൽ ഞാനെന്തേ
സ്വയംമറക്കുന്നു. എന്റെ ശിഥില ധ്യാനമേ,
ഹർഷോന്മാദത്തിലേക്ക് എന്നെ
നീ ക്ഷണിക്കരുതേ. ആനന്ദരാഗത്തിൽ
അലിഞ്ഞൊഴുകുന്ന എന്റെ ചഞ്ചലചിത്തത്തെ
വേദനിപ്പിക്കരുതേ. എന്റെ പ്രണയിനി,
എന്റെ മാത്രം പ്രണയിനി നിന്റെ
സമുദ്രത്തിലേക്ക് എന്നെയൊരു
പരൽമീനായി ക്ഷണിച്ചാലും.

ജിബ്രാൻ

ജെ,

പ്രണയിക്കും മുൻപ് നാം
നക്ഷത്രങ്ങളായിരുന്നു. ദിവ്യഗന്ധം
പ്രവഹിക്കുന്ന നീലനഭസ്സിൽ നാം നൃത്തം
ചെയ്തിരുന്നു. ശുഭ്രജ്വാലാമുഖിയായി
നീ വരുന്നതും കാത്ത് എത്രനാൾ ഞാനീ
ഉദ്യാനത്തിലിരുന്നിട്ടുണ്ട്. സുഗന്ധാഭിഷിക്തമാം
രാവിലേക്ക് ഞാനൊരിക്കൽക്കൂടി നിന്നെ
ക്ഷണിക്കുകയാണ്. നീ ഭൂമികന്യകയെപ്പോലെ
അഴകാർന്നവളാണ്. നിന്റെ പ്രണയം
ആത്മാവിൽനിന്നാണ് ഒഴുകി വരുന്നത്.
നിന്നിൽ നിന്നൊഴുകുന്ന ഗാനസൗരഭത്താൽ
ഞാനെന്നെ മറന്നു പോകുന്നു. നോക്കൂ,
പ്രണയിക്കും മുൻപ് നാം നക്ഷത്രങ്ങളായി
രുന്നുവെന്ന് ലജ്ജാഭരിതമാം മിന്നാമിനുങ്ങുകൾ
വിളിച്ചു പറയുന്നത് നീ കേൾക്കുന്നില്ലേ.

ജിബ്രാൻ

മേരി എലിസബത്ത്,

ഹേ, മിന്നൽപ്പറവകളേ, അനശ്വരതയിലേക്ക്
നിങ്ങൾ പറന്നുപോകും മുൻപ്
എന്റെ പ്രണയിനിയെ അമർത്തി
ചുംബിച്ചാലും.
അംഗരാഗങ്ങളണിഞ്ഞ
അവളുടെ ഋതുകാന്തിയെ പരിമളത്താൽ
അനുഗ്രഹിച്ചാലും. ഇതാ ആദിയുഷസ്സിന്റെ
കല്പനകൾ വന്നു കഴിഞ്ഞു.
ഇതാ തൃഷ്ണകളുടെ സമുദ്രസംഗീതം
ഉയർന്നു കഴിഞ്ഞു. ആകാശമധ്യത്തിൽ നിന്ന്
ആത്മസംഗീതത്തിന്റെ നിലയ്ക്കാത്ത ഒഴുക്ക്.
ഓരോ നാദദളവും എന്നെ എത്ര
ആഴത്തിലേക്കാണ് കൊണ്ടുപോകുന്നത്.
പ്രണയമേ, നീ എന്റെ സ്വരത്തിനുള്ളിൽ
ഇത്രയും കാലം ഒളിച്ചിരിക്കുകയായിരുന്നുവോ?
പ്രണയമേ, നാം മണലാരണ്യങ്ങൾ
പിന്നിട്ടു കഴിഞ്ഞിരിക്കുന്നു.
നമുക്ക് ചിറകുകൾ മുളച്ചിരിക്കുന്നു.

ജിബ്രാൻ

പ്രിയപ്പെട്ടവളേ,

നിശ്ശബ്ദം. പ്രണയാർദ്രമാം ആത്മാനന്ദം. ഗന്ധരഹിതമാം മൗനമേ, ആത്മഹർഷത്താലെന്നെ കീഴടക്കുക. എന്റെ ഇന്ദ്രിയങ്ങളിലാകെ പൂവിട്ട ഉന്മാദത്തെ കൊടുങ്കാറ്റുകൾകൊണ്ട് സാന്ത്വനിപ്പിക്കുക . അപാരതയിൽ ഞാനൊരു സ്മൃതി ശലഭം മാത്രമായിരിക്കും. നിന്റെ ഏകാന്തതയിലേക്ക് ഞാൻ ചിറകുമുളയ്ക്കുമ്പോൾ പറന്നുവരും. നിന്റെ കിന്നരമാകാൻ ഞാൻ അതിയായി കൊതിക്കും. നിന്റെ മിഴിനീരിൽ അലിഞ്ഞുചേരാൻ എന്നെ ഞാൻ അനുവദിക്കും. അതുവരെ ഞാനീ നിശ്ചല സമുദ്രത്തിൽ, അപാരതയുടെ സംഗീതം നുകർന്ന് ഒഴുകി നടക്കട്ടെ.

ജിബ്രാൻ

മേയ്സിയാദാ,

ദൈവമൊരു സ്വപ്നാടകനാണ്. അല്ലായിരുന്നെങ്കിൽ ആകാശച്ചെടി പൂവിടുമായിരുന്നോ. എല്ലാം അവനിൽ നിന്നാരംഭിച്ച് അവനിൽത്തന്നെ എരിഞ്ഞടങ്ങുന്നു. നിന്റെ പ്രണയത്തിന്റെ കിളിവാതുക്കൽ ആരോ ഒരാൾ കാത്തു നിൽപ്പുണ്ട്. ആ അജ്ഞാതനെ ഞാൻ 'പ്രിയപ്പെട്ടവനേ' എന്നു വിളിക്കുന്നു. നീ അവനെ 'പ്രിയപ്പെട്ടവനേ' എന്നു വിളിച്ചുകൊണ്ട് എന്നെ നോക്കുന്നു. ഞാനാകട്ടെ, വിദൂരതയിൽ ഒഴുകി മറയുന്നൊരു മേഘത്തെ സ്വന്തമാക്കാൻ മോഹിക്കുകയായിരുന്നു.

ജിബ്രാൻ

പ്രിയപ്പെട്ടവളേ,

നരച്ച ആകാശത്തിനു കീഴിൽ നാം
നട്ടുനനച്ച ലില്ലിച്ചെടികൾ പൂവിട്ടിരിക്കുന്നു.
ദൈവം അതിന് ഋതു സുഗന്ധം
പകർന്നു കൊടുക്കുന്നു. ഇളംതെന്നൽ
അതിനോട് 'വളരൂ, വളരൂ' എന്ന് പതിയെ
മന്ത്രിക്കുന്നു. ഞാനാകട്ടെ, നിന്റെ
ഇളംചൂടാർന്ന മാറിൽ
മയങ്ങിക്കിടക്കുകയായിരുന്നല്ലോ.
മേഘജാലകം തുറന്നെത്തുന്ന
മിന്നൽപ്പിണരുകളേ, നിങ്ങൾ ഞങ്ങളെ
ഭയപ്പെടുത്തരുതേ. ഞാനിതാ ഉണർന്നു
കഴിഞ്ഞു. ഞങ്ങളുടെ ഉദ്യാനത്തിലേക്ക്
നിങ്ങൾക്ക് സ്വാഗതം. ദൈവമിതാ,
പുതിയ വിത്തുകൾ നമുക്കായി
കൊണ്ടുവന്നിരിക്കുന്നു. നമുക്ക് ചിറകുകൾ
കോർക്കാം.

ജിബ്രാൻ

പ്രിയപ്പെട്ട ജെ,

നിശാവസ്ത്രമണിഞ്ഞെത്തുന്ന
നിന്നെ കാണാൻ ഇതാ നക്ഷത്രങ്ങൾ
എത്തിക്കഴിഞ്ഞു. അവർ നിന്റെ
നഗ്നതയിലാകെ പൂവുകൾ കൊണ്ട്
ചിത്രം വരയ്ക്കുന്നു. എന്റെ ഹൃദയം
വല്ലാതെ പിടയ്ക്കുന്നതെന്താണ്.
നീ എനിക്കുതന്ന ഹൃദയ സുഗന്ധം
ഞാനെല്ലാവർക്കുമായി പകർന്നു
കൊടുത്തുവല്ലോ. ഹേ, മിന്നൽപ്പറവകളേ,
നിങ്ങളുടെ അഴകിൽ നിന്നൊരിതൾ
ഞാനിതാ ചുംബിച്ചെടുക്കുന്നു.
നിന്റെ മിഴികളെന്നെ തലോടട്ടെ.
നിന്റെ നാവ് എന്നെ സാന്ത്വനപ്പെടുത്തട്ടെ.

ജിബ്രാൻ

ഹാരാ,

പിണങ്ങുമ്പോൾ നിന്റെ കവിളുകൾ
മെല്ലെ ചുവക്കുന്നു. അത് മെല്ലെ വിടരുന്നു.
അത് ഒരു നക്ഷത്രം പോലെ എന്റെ
ഹൃദയത്തിലേക്ക് പെയ്തിറങ്ങുന്നു.
നോക്കൂ, ഈ വാനമ്പാടി നിന്നെക്കുറിച്ച്
പാടുകയാണ്. ഞാനത് ഏറ്റുപാടുകയാണ്.
നീ മാത്രമെന്തേ ആ വാനമ്പാടിയെ
വിരുന്നിനു ക്ഷണിച്ചില്ല. ഉടഞ്ഞുപോയ
പളുങ്കു പാത്രം, അണഞ്ഞുപോയ
മെഴുകുതിരികൾ, ഹേമന്തത്തിന്റെ തളിർത്ത
ചിറകുകൾ എല്ലാം നീ ഇപ്പോഴും
ഓർമ്മിക്കുന്നുവല്ലോ. എന്റെ രാവുകളിൽ നീ
ചൂടിച്ച ലില്ലിപ്പൂക്കൾ ഇപ്പോഴും വാടിയിട്ടില്ല.
അതിൽ നിന്നിപ്പോഴും പരിമളം ഭൂമിയിലേക്ക്
ഒഴുകുന്നുണ്ട്. എന്റെ കന്യാസുഗന്ധമേ,
നിന്റെ അധരങ്ങൾ എനിക്കുവേണ്ടിക്കൂടി
പ്രാർത്ഥനാ നിമഗ്നമാകട്ടെ.

ജിബ്രാൻ

ജെ,

നിശ്ശബ്ദതയിൽനിന്ന് നീ കണ്ടെടുത്ത
തൂവലുകൾ ആരുടേതാണ്. അത്
മാലാഖമാരുടേതായിരുന്നുവെന്ന്
ദൈവം വിളിച്ചു പറയുന്നു. കുസൃതി
നിറഞ്ഞ നിന്റെ യൗവ്വനം ഞാനോർത്തു
പോവുകയാണ്. നിന്റെ ശലഭമിഴികൾ,
പേലവാധരങ്ങൾ, കുനുകുനെ തിമിർത്ത
മുടിയഴക്. ഹൊ, ഞാനൊരു
കവിയായിത്തീർന്നിരിക്കുന്നു. പ്രിയേ,
ഈ ഉദ്യാനത്തിൽ നിന്ന് നമുക്ക് ഭൂമിയുടെ
മറുകരയിലേക്ക് ഒഴുകാം. അവിടെ നമ്മുടെ
പേരുകൾ കൊത്തിവച്ച പർവ്വതമുനകളുണ്ട്.
അവിടെ നമ്മുടെ തൃഷ്ണകളിൽ നിന്ന്
കിളർത്ത മുന്തിരിവള്ളികളുണ്ട്.
പ്രിയേ, ഈ നക്ഷത്രം
നിന്റെ കാമനകളെ ഉണർത്താതിരിക്കട്ടെ.

ജിബ്രാൻ

മേരി,

എന്റെ പകലുകളെ നോക്കൂ,
എത്ര വിരസവും അനാകർഷകവുമാണത്.
നീ കരുതുംപോലെ എന്റെ രാവുകൾക്ക്
അത്ര ഭംഗിയില്ല. അവ എപ്പോഴും
തുളുമ്പിപ്പോയ മേഘങ്ങളെ ഓർമ്മിപ്പിക്കുന്നു.
പ്രിയപ്പെട്ടവളേ, നിന്റെ ചാരുതയാർന്ന
മിഴികളിൽ ഞാനൊരു മുയൽക്കുഞ്ഞിനെപ്പോലെ
ഒളിച്ചിരിക്കുന്നു. നിന്റെ തുടുത്ത
കവിളുകൾ എന്റെ കവിളുകളിൽ ചിത്രങ്ങൾ
വരയ്ക്കുന്നു. ഹേ, പകൽക്കിളികളേ,
മുന്തിരിച്ചാറിൽ കുതിർന്ന ഈ രാവുകളെ
നുകർന്നെടുക്കരുതേ. നിന്റെ നഗ്നതയിൽ
എനിക്ക് ഒഴുകിനടക്കാനാണിഷ്ടം.
ഞാൻ ഒഴുക്കും നീ തോണിയുമാവുക.
ദൈവം നമ്മെ അതിനനുവദിക്കട്ടെ.

ജിബ്രാൻ

ജോസഫൈൻ,

ജപമണികളിൽ വിരിഞ്ഞ
പ്രാർത്ഥനയാണ് നീ. ഞാനോ പ്രാർത്ഥന
കേട്ടിരിക്കുന്നൊരു തിരിനാളം.
എന്റെ പുഴയിലിപ്പോൾ ഒഴുക്കു
കുറഞ്ഞിരിക്കുന്നു. നിന്റെ പ്രാർത്ഥനയാൽ
അതിനെ ഉർവ്വരമാക്കിയാലും. ഹേ സുന്ദരീ,
സ്വരസുഗന്ധം പൊഴിയുന്ന കിന്നരിയിലൂടെ
നീ പ്രണയഗീതങ്ങൾ പാടിയാലും.
രാവൊടുങ്ങുംവരെ ഞാനത് കേട്ടിരിക്കട്ടെ.
ഹരിതാഭയാർന്ന ഈ പകൽ നമ്മെ
ക്ഷണിക്കുകയാണ്. ഋതുക്കൾ
പാരിതോഷികമായിത്തന്ന വീഞ്ഞ്
നമുക്ക് വിരുന്നുശാലയിലേക്ക് കൊണ്ടു
പോകേണ്ടതുണ്ട്. എന്റെ ഉന്മാദം നിന്നെ
കീഴടക്കും മുൻപ്, പ്രാർത്ഥനയാൽ
നീയെന്റെ ഹൃദയത്തെ വരിഞ്ഞു മുറുക്കുക.

ജിബ്രാൻ

പ്രിയപ്പെട്ട ഹാലാ,

രാവിൻ ഉന്മാദം പെയ്തൊഴിഞ്ഞിരിക്കുന്നു.
നറുനിലാവിലലങ്കരിച്ച നിന്റെ കിനാവുകൾ
ഇതാ സുഗന്ധം പരത്തിക്കൊണ്ട് ഒഴുകിവരുന്നു.
നിമിഷങ്ങൾ കോർത്തൊരുക്കിയ മണ്ഡപത്തിൽ
നീ ഇപ്പോഴും തനിച്ചിരിക്കുകയാണോ. നോക്കൂ,
നീ ഹൃദയത്താൽ ചേർത്തുവച്ച
ഈ കിളിക്കൂടിനെ ആരോ കാറ്റിലേക്ക്
വലിച്ചെറിഞ്ഞിരിക്കുന്നു. നിന്റെ സ്വപ്നങ്ങളിലാകെ
ആരോ കടുത്ത നിറങ്ങൾ വാരി
വിതറിയിരിക്കുന്നു. എന്റെ അരുമയാർന്ന
ഋതുശലഭമേ, നിന്റെ ഏകാന്തത എന്നെ
വല്ലാതെ ഭയപ്പെടുത്തുന്നുണ്ട്. മൗനത്തിന്റെ
കൂട് തുറന്ന് നീ പുറത്തേക്കു പറന്നുവന്നാലും.
ഞാനിതാ അഴകിൻ നീലമേഘങ്ങളാലൊരു
തല്പമൊരുക്കിവച്ചിരിക്കുന്നു.

ജിബ്രാൻ

ജെ,

നോക്കൂ, ഈ താഴ്‌വാരമാകെ
പൂത്തിരിക്കുന്നു. നിന്റെ വിരലുകൾ
എത്ര ആർദ്രതയോടെയാണ്
ഈ താഴ്‌വാരത്തെ തഴുകിയത്.
വയലുകളിൽ തളിർത്ത
മുന്തിരിവള്ളികൾപോലെ സൗമ്യമായ
നിന്റെ വിരലുകൾ. ഹൊ–ഞാനതിനെ
അമർത്തി ചുംബിക്കുന്നു. ദേവാലയങ്ങളിൽനിന്ന്
ചിറകുവയ്ക്കുന്ന മണിനാദം
ഈ അരളിമരങ്ങൾക്കിടയിൽ
തളം കെട്ടിക്കിടക്കുന്നു. ഒരു പൂവിന്റെ
ഭംഗി കണ്ട് പ്രണയിനികൾ
ഉന്മത്തരായിരിക്കുന്നു. നിന്റെ (എന്റെയും)
മധുരാലിംഗനത്താൽ ഈ വനസരോവരമാകെ
കോരിത്തരിച്ചിരിക്കുന്നു. ഹേ, കന്യകേ,
നിന്റെ മുന്തിരിത്തോട്ടത്തിലേക്കെന്നെ
ക്ഷണിച്ചാലും. ഈ രാവിനെപ്പോലെ
നിന്നെയും എനിക്ക് ആസ്വദിക്കണമെന്നുണ്ട്.

ജിബ്രാൻ

മേരിഹാസ്ക്കൽ,

നക്ഷത്രങ്ങൾ പാടുന്നത്
ആർക്കുവേണ്ടിയാണ്.
എനിക്കുവേണ്ടിയാണെന്ന് നീയും
നിനക്കു വേണ്ടിയാണെന്ന് ഞാനും
പതിയെ മന്ത്രിക്കുന്നു.
നോക്കൂ, നക്ഷത്രങ്ങൾ പാട്ടു
നിർത്തിയിരിക്കുന്നു. അവരിപ്പോൾ
പ്രണയത്തിനുവേണ്ടി ദാഹിക്കുന്ന
പക്ഷികളാണ്. അവരോടൊപ്പം
നമുക്ക് പാട്ടുപാടേണ്ടതുണ്ട്.
പക്ഷേ, നിന്റെ നിശ്ശബ്ദതയുടെ ആഴം
എനിക്കളന്നെടുക്കുവാൻ കഴിയുന്നില്ലല്ലോ.
നിന്റെ മൗനം പേലവമാർന്നൊരു
ഗാനം തന്നെയെന്നു ഞാൻ കരുതുന്നു.
അതു ഞാൻ ആസ്വദിക്കുന്നു.
പക്ഷേ, നിന്റെ മൗനത്തിന്റെ ചിറകുകളിൽ
പറ്റിച്ചേർന്ന് പറക്കുവാൻ
ഈ നക്ഷത്രങ്ങൾക്ക് കഴിയില്ലല്ലോ.

ജിബ്രാൻ

ജോസഫൈൻ,

ഹേ, നക്ഷത്രങ്ങളേ, ഹർഷോന്മാദത്താൽ
നിങ്ങളെന്തിനാണ് എന്റെ പുൽക്കൊടിയെ
അവഗണിച്ചത്? ഭൂമിയുടെ മാറിടത്തിൽ
വീണുകിടന്ന അവളെ നിങ്ങളെന്തിനാണ്
ചുംബിക്കാതെ പോയ്മറഞ്ഞത്?
ഹേ, മായാമോഹിനി, മധുരമായൊരു
ആലസ്യത്തിൽ നിന്നുണരുംവരെ
കൺമിഴിച്ചിരിക്കുവാൻ ഞാൻ തയ്യാറാണ്.
പ്രഭാതകാന്തി നിറഞ്ഞ നിന്റെ
യുവഹൃദയത്തെ സ്വപ്നങ്ങളാൽ
അലങ്കരിക്കാൻ രാവ് തയ്യാറായി
നിൽക്കുകയാണ്. നിന്റെ അധരങ്ങളിൽ
നിന്നൂർന്ന മധുമന്ദഹാസം എന്റെ
ഗാനത്തിനൊപ്പം പൂചൂടി നിൽക്കുകയാണ്.
ഹേ, പ്രണയമേ, ഞങ്ങളുടെ
ഹൃദയസൗരഭത്തെ നീ കവർന്നെടുത്താലും.
താഴ്‌വാരങ്ങളിൽനിന്ന് പറന്നുയരുന്ന
തെന്നലിൽ ഹരിതോഷ്മളമാം
നിൻ പ്രണയം ജ്വാലാമുഖിയായിത്തീരട്ടെ.

ജിബ്രാൻ

പ്രിയപ്പെട്ടവളേ,

ഓരോ പ്രാർത്ഥനയിലും
ഓരോ ദിവ്യസ്വരമിരിപ്പുണ്ട്.
അത് കവർന്നെടുക്കാനാകണം
പ്രണയമേ നീ ഇതുവഴി വന്നത്.
ആത്മാവിൻ ജാലകം തുറന്ന്
നീ നിൻ അഴകിനെ എന്നരികിലേക്ക്
പറത്തിവിട്ടാലും. അംഗരാഗങ്ങൾ
അഴിച്ചുവച്ച്, പൂർണ്ണനഗ്നയായി
നീ എന്റെ ഹൃദയത്തെ അമർത്തി
ചുംബിച്ചാലും. ഈ ശൂന്യതയിൽ
നീ എവിടെയുമുണ്ട്. എന്റെ മിഴികളുടെ
നീലവിതാനത്തിനുള്ളിൽ പ്രണയമേ,
നീ എത്ര സുരക്ഷിതയായാണ്
മയങ്ങിക്കിടക്കുന്നത്. ലജ്ജാഭരിതയാം
നിന്റെ അഴകിനാൽ എന്റെ
നിശബ്ദതയെക്കൂടി നീ ഒളിപ്പിച്ചു
വയ്ക്കുകില്ലേ. ഹേ, സുന്ദരി,
നിന്റെ പ്രാർത്ഥനയിൽ നിന്നൊരിതൾ
എന്റെ ഹൃദയത്തിലേക്ക് കൊഴിച്ചിടില്ലേ.
നിന്റെ വിരഹം എന്നെ വല്ലാതെ
വേദനിപ്പിക്കുന്നു.

ജിബ്രാൻ

എമിലി,

നിന്റെ ചുംബനത്താൽ വിരിഞ്ഞ
പ്രണയപുഷ്പത്തെ ഞാനിതാ
ദൈവത്തിനു സമർപ്പിക്കുന്നു.
പകലിരവുകളെ കാമിച്ച മിന്നൽപ്പിണരുകളിതാ
നിന്റെ ഋതുവിലേക്ക് പറന്നിറങ്ങുന്നു.
മണൽത്തരികൾക്കിടയിൽ ഒളിഞ്ഞിരുന്നു
സ്വപ്നം കാണുന്ന വിത്തുകൾക്കിത്
ഉത്സവകാലമാണ്. അവയുടെ
പ്രണയവികാരം നിറയെ ദേവനാദത്താൽ
കൊരുത്തെടുത്ത നക്ഷത്രരശ്മികൾ.
എനിക്ക് സ്വയം അലിഞ്ഞു തീരാൻ
കഴിഞ്ഞെങ്കിൽ. തീവ്ര സൗരഭ്യമിയന്ന
നിന്റെ ശരീരത്താൽ എന്റെ ഞരമ്പുകളെ
നീ അമർത്തി ചുംബിച്ചാലും.
പ്രശാന്തമാം ഈ പകലിലേക്ക് നീ
പൊരുളിൻ പാതി ചേർത്തുവച്ചാലും.
നിന്റെ മാൻപേടകൾ സ്വർഗ്ഗകവാടം
തുറന്ന് എന്റെ താഴ്വാരത്തേക്ക് വരട്ടെ.
ഞാനവർക്ക് നല്ലൊരു കളിക്കൂട്ടുകാരനാകാം.

ജിബ്രാൻ

എമിലി,

ഋതുശോഭയാർന്ന ഈ പീലികൾ നിനക്കുതന്ന
ദൈവത്തെ ഞാനിതാ സ്തുതിക്കുന്നു.
ഹേ, പ്രാർത്ഥനാ സുഗന്ധമേ,
വിൺതാരകൾ ഹർഷോന്മാദത്താൽ
പാടിപ്പോയ പ്രണയഗാനം
ഞങ്ങൾക്കു വേണ്ടി ഒരിക്കൽക്കൂടി
നീ പാടുകില്ലേ? സാന്ദ്രമാം ഹിമബിന്ദുവാൽ
നിഴലിച്ച നിൻ സ്മൃതികളിലൂടെ
ഒരു വാനമ്പാടി പറന്നുപോകുന്നു.
നോക്കൂ, മഴവില്ലുകളാൽ തീർത്ത
പ്രണയകൂടാരമിതാ, ജലതരംഗത്താൽ
ഉന്മത്തമാകുന്നു. എൻ ഹൃദയമിതാ
ആത്മപ്രണയത്താൽ വെന്തുരുകുന്നു.
വെൺപിറാക്കളെപ്പോലെ പ്രാർത്ഥനകൾ
ഭൂമിയിലേക്കു ചിറകുവയ്ക്കുന്നു.
നിന്റെ പരിക്ഷീണിതമാം ഹൃദയത്തിൽ
നിന്നെന്നെ കൊത്തിമാറ്ററുതേ.
നിന്റെ പ്രണയത്തിൽ ഞാനൊരിക്കൽകൂടി
സ്നാനപ്പെടട്ടെ.

ജിബ്രാൻ

പ്രിയപ്പെട്ട എമിലി,

എന്റെ വാക്കുകൾ വല്ലാതെ
വിതുമ്പിപ്പോകുന്നു. ഇന്നലത്തെ രാവിൽ
ഞാൻ പുറത്തേക്കു കൊണ്ടുവന്ന വാക്കുകൾ
എത്ര ഊർജ്ജസ്വലമായിരുന്നു.
അവർക്ക് എന്നെക്കാളും ഉന്മേഷമുണ്ടായിരുന്നു.
അവരെനിക്ക് ആശയും ആവേശവുമായിരുന്നു.
ഇന്നിതാ എന്റെ ചുമന്ന ശോശന്നപ്പൂക്കൾ
പോലുള്ള വാക്കുകളാകെ തളർന്നിരിക്കുന്നു.
വിവർണ്ണമായ അതിന്റെ ദളങ്ങൾ നോക്കൂ,
ഈ പ്രഭാതവും അങ്ങനെതന്നെ അല്ലേ
എന്നെനിക്കു തോന്നുന്നു. കാറ്റിലുലയുന്ന
മുന്തിരിവള്ളികളിലൊന്നിതാ
നിന്റെ ഹൃദയത്തെ മെല്ലെ പുണരുന്നുണ്ട്.
അതിന്റെ തളിരുകൾ നിന്റെ അധരത്തെ
കവരാൻ ശ്രമിക്കുന്നുണ്ട്. എനിക്കവരോട്
അസൂയതോന്നുന്നുണ്ട്. ഞാൻ നിന്നെ
ഗാഢമായി പ്രണയിക്കുന്നുണ്ടല്ലോ.
എന്റെ ഹൃദയം നിന്റെ ഹൃദയത്തെ
വല്ലാതെ ചുംബിക്കുന്നുണ്ടല്ലോ.
പക്ഷേ, നീ ഇപ്പോഴും പ്രണയത്തിനുവേണ്ടി
കേഴുകയാണല്ലോ. ഞാനെന്താണ്
നിനക്ക് നൽകേണ്ടത്?

ജിബ്രാൻ

ജെ,

നിശ്ശബ്ദതയ്ക്കുള്ളിൽ ഒരു സംഗീത ഹൃദയമുണ്ടെന്ന് പറഞ്ഞത് നീ ആയിരുന്നില്ലേ. ഞാനിതാ നിശ്ശബ്ദതയുടെ രാഗാലാപനം കേട്ടുകൊണ്ടിരിക്കുകയാണ്. എത്ര മധുരമായ ആലാപനം. ഓരോ പല്ലവി തുടങ്ങുമ്പോഴും ശലഭങ്ങൾക്കൊപ്പം നിന്റെ പേരുകൂടി ചേർത്ത് അവ പാടുന്നുണ്ടല്ലോ. എന്റെവാതുക്കൽ മുട്ടിവിളിക്കുന്ന സംഗീതമേ, നീ എന്റെ പ്രണയിനിയെക്കൂടി പാട്ടു പഠിപ്പിക്കുമോ? ഞാനാകട്ടെ, അവളുടെ ഗാനത്താൽ സ്നാനപ്പെടാൻ ദാഹിച്ചിരിക്കുകയാണ്. പ്രിയപ്പെട്ടവളേ, നിന്റെ അധരങ്ങളിലൂടൂർന്ന് ഭൂമിയിലേക്കെത്തുന്ന അമരസംഗീതത്തിൽ എന്റെ ദാഹം കെടുത്തിക്കളയണേ. എനിക്ക് നിന്നിൽ അലിഞ്ഞുചേരണമെന്നുണ്ട്. സംഗീതത്താൽ കൊരുത്തെടുത്ത നിന്റെ ചാരുവാം ചിറകിനുള്ളിൽ, ഇളംചൂടേറ്റ് ഞാൻ മയങ്ങിക്കിടന്നുകൊള്ളാം.

ജിബ്രാൻ

പ്രിയപ്പെട്ടവളേ,

പൂവുകൾ അവരുടെ ജീവിതകഥ
പറയുന്നു. അതു കേട്ടിരുന്ന നാം
എത്ര വേഗത്തിലാണ് പൂവുകളായി മാറിയത്.
പരാഗങ്ങൾതേടി പൂമ്പാറ്റകൾ വന്നപ്പോഴാണ്
നാം ഞെട്ടിയുണർന്നത്. ദൈവമായിരുന്നു
ആ ഉദ്യാനത്തിന്റെ ഉടമസ്ഥനെന്ന്
അപ്പോൾ മാത്രമാണ് നാം അറിഞ്ഞത്.
നാം എത്ര വിഡ്ഢികളാണ്.
അല്ലായിരുന്നുവെങ്കിൽ നമുക്കിപ്പോഴും
ദൈവത്തിന്റെ നല്ല സുഹൃത്തുക്കളായി
മാറാമായിരുന്നില്ലേ? നോക്കൂ,
മേഘങ്ങളൊഴിഞ്ഞ ആകാശത്ത് ഒരൊറ്റ
നക്ഷത്രം മാത്രം പിറവികൊള്ളുന്നു.
അത് മാന്ത്രികവടിയാൽ നമ്മുടെ
സ്വപ്നങ്ങളുടെ നേരെ ഉയർത്തിക്കാണിക്കുന്നു.
നമ്മൾ അതേ പൂവുകളാകുന്നു.
നമ്മൾ അതേ തോട്ടക്കാരന്റെ
സുഹൃത്തുക്കളാകുന്നു.
നമ്മൾ അതേ നക്ഷത്രത്തെ നോക്കി
ഒരിക്കൽക്കൂടി, ഒരിക്കൽക്കൂടി എന്ന്
വിളിച്ചുപറയുന്നു.

ജിബ്രാൻ

മേരിഹാസ്ക്കൽ,

പകലുകൾക്ക് ചന്തം നൽകിയ
ദൈവം രാവിനെയും അനുഗ്രഹിച്ചിരിക്കുന്നു.
രാവിൽ പൂത്തിറങ്ങിയ കുഞ്ഞു നക്ഷത്രങ്ങളേ,
നിങ്ങളിലാരാണ് എന്റെ പ്രണയിനിയുടെ
തളിർമാറിടത്തെ അരുണാഭമാക്കുന്നത്.
അതു ഞാൻ തന്നെയെന്ന് നീ ഇപ്പോഴും
വിശ്വസിക്കുന്നില്ലല്ലോ. എന്റെ അധരങ്ങൾ
നിന്നെ ശല്യപ്പെടുത്താതിരിക്കട്ടെ.
നിന്റെ സ്വപ്നങ്ങളിലാകെ തളിർത്ത
ഹിമബിന്ദുക്കൾ.
പ്രിയേ, 'നീ എന്റേത് നീ എന്റേത്'
എന്നു പാടുന്ന പക്ഷി ഏതാണ്?
അതെന്റെ ഹൃദയംതന്നെയെന്നു
നീ കരുതുന്നത് എത്ര ശരിയാണ്.

ജിബ്രാൻ

ജോസഫൈൻ,

പ്രണയിക്കുമ്പോൾ നാമെത്ര
അഴകുള്ളവരായിരുന്നു.
നമ്മുടെ മിഴികൾ, അധരങ്ങൾ,
ഹൃദയങ്ങൾ എത്ര അരുണാഭമായിരുന്നു.
ഇന്നിതാ, വേനൽക്കാലം പ്രകൃതിയിലെന്ന
പോലെ നമ്മുടെ ഹൃദയത്തെയും
ആകെ വരണ്ടുണക്കിയിരിക്കുന്നു.
പ്രിയേ, നിന്റെ അഴകിനാൽ
എന്റെ ഹൃദയത്തെ ഹരിതാഭമാക്കിയാലും.
നിന്റെ തളിർ ചൊടികളാൽ
എന്റെ വികാരങ്ങളെ തീപിടിപ്പിച്ചാലും.
പ്രിയേ, ഋതുകാലമെത്തും മുൻപ്
മേഘങ്ങളോടൊപ്പം നമുക്ക്
നൃത്തം ചെയ്യേണ്ടതുണ്ട്.

ജിബ്രാൻ

ഹാരി,

നിന്റെ നഗ്നതയിൽനിന്ന്
ഞാനൊരു പൂവ് കവർന്നെടുത്തു.
അതെന്റെ നാവിനെ സദാ ഉന്മാദിയാക്കുന്നു.
നിന്റെ സുഗന്ധം എന്റെ ദാഹത്തെ
ആഴമുള്ളതാക്കുന്നു.
നിന്റെ ഇളം ചുണ്ടുകൾ എന്റെ ദന്തങ്ങളെ
പ്രകോപിപ്പിക്കുന്നു. നീയാകട്ടെ
എപ്പോഴും പുഞ്ചിരിച്ചുകൊണ്ട്
'ഞാൻ നിന്റെ അടിമയാകുന്നു'വെന്ന്
മന്ത്രിക്കുന്നു. ഒരടിമയ്ക്ക് ഒരടിമയെ എങ്ങനെ
പ്രണയിക്കാനും ചുംബിക്കാനും കഴിയും?

ജിബ്രാൻ

മേരിഹാസ്ക്കൽ,

ലെബനോണിലെ പൈൻമരങ്ങളെ നോക്കൂ,
അവ എത്ര നിഷ്കളങ്കതയോടെയാണ്
മേഘങ്ങളോടും വെള്ളാരംകല്ലുകളോടും
സല്ലപിക്കുന്നത്. നീ മാത്രമെന്തേ
എപ്പോഴും വല്ലാതെ പരിഭവിച്ചിരിക്കുന്നു.
പ്രിയേ, നമ്മുടെ പ്രണയം ഭൂമിയുടെ
പാരിതോഷികമാണ്. അതു നമുക്ക്
തന്നതാകട്ടെ ദൈവവും.
നമുക്ക് ദൈവത്തിന്റെ ഉദ്യാനം
നനയ്ക്കേണ്ടതുണ്ട്. നീ വരൂ,
ഈ ഉദ്യാനത്തിൽനിന്ന് കളപറിച്ച്, വെടിപ്പാക്കി
പുതിയ വിത്തുകൾ വിതയ്ക്കേണ്ടതുണ്ട്.
നിന്റെ അധരങ്ങളിൽ നിന്നു വിടർന്ന
തളിർവസന്തം ഈ ഭൂമിയിലും വിടരട്ടെ.
കൊതിയോടെ ഞാനിതാ നിന്നെ ചുംബിക്കുന്നു.

ജിബ്രാൻ

പ്രിയപ്പെട്ടവളേ,

നോക്കൂ, ഭൂമിയുടെ അഴകിലാകെ
തളിർത്ത മന്ദാരങ്ങൾ.
അവൾ ഇളംതെന്നലിൽ അലിഞ്ഞൊഴുകുമ്പോൾ
ഭൂമിയാകെ കോരിത്തരിക്കുന്നു.
അതു കണ്ടിട്ടാകണം നീ ഇത്രമേൽ
സുന്ദരിയായിരിക്കുന്നത്. പറയൂ,
ഹേമന്തത്തിന്റെ തൊങ്ങലുകൾ ചാർത്തിയ
ഈ രാവിനെ നീ ഇഷ്ടപ്പെടുന്നില്ലേ?
ഹിമബിന്ദുക്കളിൽ മിഴി നട്ടിരിക്കുന്ന
മേഘക്കുരുന്നുകളെ നീ കാണുന്നില്ലേ?
അവ നിന്നോടു പരിഭവം പറയാൻ
മത്സരിക്കുന്നത് നീ അറിയുന്നില്ലേ?
ഹേ, സുന്ദരിയായ ഋതുമുകുളമേ,
നീ എല്ലായ്പ്പോഴും എന്റെ ഹൃദയത്തിലേക്ക്
ചേർന്നിരുന്നുകൊണ്ട് എന്നെ അമർത്തി
ചുംബിക്കുകയാണല്ലോ. നിന്റെ ലഹരി
എനിക്ക് നുകരണമെന്നുണ്ട്. നുകരുമ്പോഴെല്ലാം
നീയാകെ പൂത്തുനിൽക്കുകയാണല്ലോ.

ജിബ്രാൻ

പ്രിയപ്പെട്ട എമിലി,

നിലാവിനോടൊപ്പം നീ ഒഴുകുമ്പോൾ
ഞാനൊരു കവിത ഓർമ്മിക്കുകയായിരുന്നു.
ഋതുശോഭയാർന്ന ഈ പകലിനുപോലും
നിന്നോട് അസൂയതോന്നും.
നിന്റെ ഇളം ചൂടാർന്ന മാറിൽ
പെയ്തിറങ്ങിയ തളിർനിലാവിൽ
എനിക്ക് അലിഞ്ഞു ചേരാൻ കഴിഞ്ഞെങ്കിൽ.
ഹേ, ഭൂമി കന്യകേ, നിന്റെ പ്രണയവചനങ്ങൾ
എന്റെ ഹൃദയത്തെ വല്ലാതെ ചൂടുപിടിപ്പിക്കുന്നു.
ആനന്ദഭരിതമാം നിൻ തളിർവിരലുകൾ
എന്റെ മോഹങ്ങളെ തൊട്ടുണർത്തുന്നു.
നീ എന്റേത്, നീ എന്റേത് എന്നു മന്ത്രിക്കുന്ന
ഓരോ രാവും എത്ര അഗാധമായാണ്
നമ്മെ അമർത്തി ചുംബിക്കുന്നത്.
ഹേ, ഋതുകന്യകേ, നീ എന്റെ ആനന്ദത്തിലേക്കു
വിരുന്നുവന്നാലും. നിൻ ഋതുസുഗന്ധം
ഞാനാസ്വദിക്കട്ടെ.

ജിബ്രാൻ

ജെ,

സ്വപ്നങ്ങൾ കടൽക്കുതിരകളെപ്പോലെയാണ്.
അവ നാം നോക്കിനിൽക്കേ മാഞ്ഞുപോകും.
പ്രിയേ, നിന്റെ അധരങ്ങളിൽ വിടർന്ന
ഉദ്യാനഭംഗിയിതാ, ഞാൻ നോക്കിനിൽക്കേ
മാഞ്ഞുപോകുന്നു. ഹേ, സ്വപ്നസുന്ദരി,
നിന്റെ മിഴികളെന്തേ വാടിപ്പോയിരിക്കുന്നു.
നിന്റെ കവിളുകളെന്തേ വിവർണ്ണമായിരിക്കുന്നു.
എനിക്കറിയാം, നീ എന്നോടു കാട്ടുന്ന
സ്നേഹത്തിലാകെ ആരോ കറുത്ത ചായം
കോരിയൊഴിച്ചിരിക്കുന്നു. അതാരാണെന്ന്
തിരിച്ചറിയുംവരെ ഈ നക്ഷത്രങ്ങൾ
ഭൂമിയിൽ നിന്ന് മടങ്ങിപ്പോകില്ല.
അവർ നമുക്കുവേണ്ടി പാടിക്കൊണ്ടേയിരിക്കും.
പ്രിയപ്പെട്ടവളേ, നിന്റെ കവിതകളിൽ നിന്ന്
അഭിജാതമാർന്ന ഒരനുഭവത്തെ രാവിനു
സമർപ്പിച്ചാലും. അത് പകലിലേക്ക്
ഒഴുകിയെത്തുംവരെ ഞാൻ മിഴിപൂട്ടാതെ
കാത്തിരിക്കാം. ഹേ, സുന്ദരി,
നീ എന്റേതെന്ന് ഈ തെന്നൽ വിളിച്ചുപറയുന്നു.
നീയത് കേൾക്കുന്നില്ലേ?

ജിബ്രാൻ

ഹാരാ,

ഒരു നിശ്ചല സമുദ്രം വരച്ചുവയ്ക്കുന്നതെങ്ങനെ?
ഞാനിപ്പോഴും നിന്റെ ചിറകുകളിലൊതുങ്ങി
സമുദ്രം കാണാൻ കൊതിക്കുന്ന കാമുകനാണ്.
എനിക്കറിയില്ല, നീ വരച്ചിട്ട
ക്യാൻവാസിൽ സമുദ്രത്തിന്നാഴം,
നീലിമ, തോണികൾ, മത്സ്യങ്ങൾ
ഇവയോരോന്നും വരയ്ക്കുന്നതെങ്ങനെയെന്ന്.
അപാരതയിലൂടെ പറന്നുനടക്കാൻ
എനിക്കു ഭയമാണ്. ഗ്രീഷ്മസാഗരം
നീന്തിക്കടക്കാൻ എനിക്ക് ഭയമാണ്.
എൻ ആത്മാവിൻ മോഹത്തിരകളിൽപ്പെട്ട്
ഒഴുകി നടക്കുന്നവളേ, നീ പറയുക,
വേലിയേറ്റത്തിൽ സമുദ്രം കരയിലേക്ക്
കൊണ്ടുവരും മുത്തുചിപ്പി പോലെ
എനിക്ക് നിന്നെ കൊണ്ടുവരാനാകുമോ?
ഹേ, നിശ്ചലസമുദ്രമേ, നീ എന്നെയും
വികാരവിവശയാം എൻ പ്രണയിനിയെയും
തീവ്രാനുരാഗത്താൽ ചുംബിച്ചുണർത്തുകില്ലേ?
നിന്റെ തിരമാലകൾ ഞങ്ങൾക്ക് കാമകേളി
നികുഞ്ജമൊരുക്കട്ടെ.

ജിബ്രാൻ

എമിലി,

വിചിത്രമായൊരു കിന്നരമുണ്ടെന്റെ കൈയ്യിൽ. പ്രിയേ, അതു നിനക്കുവേണ്ടി ഇപ്പോഴും പാടിക്കൊണ്ടിരിക്കുകയാണല്ലോ. നമ്മുടെ പ്രണയത്താൽ ഉന്മത്തരായ നാദങ്ങൾ അതിൽനിന്ന് ഒഴുകിക്കൊണ്ടിരിക്കുകയാണല്ലോ. പൂന്തോട്ടങ്ങൾ നട്ടുനനച്ച ദൈവം ഇതാ കിന്നരം കേട്ടിരിക്കുന്നു. നാമാകട്ടെ, ഉടഞ്ഞുപോയ ഈ നഗ്നശില്പം പൂർവ്വസ്ഥിതിയിലാക്കാൻ വ്യഥാശ്രമിക്കുകയാണ്. നിന്റെ ശലഭമിഴികൾ കാണുമ്പോഴെല്ലാം എനിക്കൊരു വസന്താരാമത്തെയാണ് ഓർമ്മവരുന്നത്. നീയാകട്ടെ, എന്റെ ഹൃദയത്തിലേക്കു ചേർന്ന്, അവിടെയാകെ സംഗീത സാന്ദ്രമാക്കി യിരിക്കുന്നു. നമ്മുടെ പ്രണയത്തെ ദൈവം അനുഗ്രഹിച്ചിരിക്കുന്നു. പ്രണയത്തിനുചുറ്റും മാലാഖമാർ നൃത്തം തുടങ്ങിയിരിക്കുന്നു. നമ്മൾ അലിഞ്ഞലിഞ്ഞ് ഒരു ജലബിന്ദുവായിത്തീരുന്നു.

ജിബ്രാൻ

ജെ,

പേലവ സന്ധ്യകൾ കൊരുത്തുകെട്ടിയ
ആകാശോദ്യാനം. അതിൽ നിറയെ
ഇളം കാറ്റിലാടുന്ന നക്ഷത്രപ്പൂക്കൾ.
ഞാനിതാ, ഈ ഉദ്യാനം കാണാൻ
നിന്നെ ക്ഷണിക്കുകയാണ്.
നിന്റെ കൗമാരം എത്ര വന്യമായിരുന്നു.
തിണിർത്ത പയോദങ്ങൾപോലെ
നിന്റെ വികാരങ്ങൾ. ഞാനതിൽ അലിഞ്ഞ്
ആകെ ആടിയുലഞ്ഞിരുന്നു. നോക്കൂ,
ഇപ്പോൾ നിന്റെ തോണിനിറയെ
നക്ഷത്രപ്പൂക്കൾ. എന്റെ നിലാവ് അതിനെ
അമർത്തി ചുംബിക്കുന്നു. പരൽമീനുകൾ
ജലോപരിതലത്തിലേക്ക് പൊന്തിവന്ന്
നമ്മെ സ്വാഗതം ചെയ്യുന്നു. ഞാനിതാ
പുഴയിലേക്ക്, ചിറകുകൾ താഴ്ത്തി
പറന്നിറങ്ങുകയാണ്. തണുത്ത ജലാശയത്തിൽ
നമുക്ക് തോണിയും പരൽമീനുമാകാം.

ജിബ്രാൻ

പ്രിയപ്പെട്ട എമിലി,

പഴക്കമേറിയ ഈ സ്വപ്നത്തെ
നാമെന്തുചെയ്യും. കുഴിച്ചുമൂടാൻ
ശ്രമിക്കുമ്പോഴെല്ലാം ഈ സ്വപ്നം
നിലവിളിക്കുകയല്ലേ. നമ്മുടെ രാവുകളിൽ
ഈ സ്വപ്നം തളിർത്ത മേഘങ്ങളാൽ
അലംകൃതമായിരുന്നു എന്നത്
സത്യംതന്നെയാണ്. പക്ഷേ, ഇന്നീ
സ്വപ്നത്തിന് ജരാനര ബാധിച്ചിരിക്കുന്നു.
വേനലിന്റെ കൊമ്പു തട്ടി അതിന്റെ
കവിളുകൾ മുറിഞ്ഞിരിക്കുന്നു.
പാദങ്ങളാകട്ടെ ചുട്ടുപഴുത്തു നിരത്തുകളിൽ
തട്ടി ആകെ വിണ്ടുകീറിയിരിക്കുന്നു.
പ്രിയേ, നിന്റെ ഓർമ്മകളിൽ ഇപ്പോഴും
ഈ സ്വപ്നം ചിറകുവിടർത്താറുണ്ടെന്നും
നിന്റെ ഹൃദയത്തിലേക്ക്
പെയ്തിറങ്ങാറുണ്ടെന്നും എനിക്കറിയാം.
പക്ഷേ, എന്റെ ജീവിതത്തിൽ
ഇത്തരമൊരനുഭവം ഇതുവരെയുണ്ടായിട്ടില്ല.
പഴക്കമേറിയ സ്വപ്നത്തെ അതുകൊണ്ടുതന്നെ
എനിക്ക് വിസ്മരിക്കാനാകും.
പക്ഷേ, നീ അങ്ങനെ അല്ലല്ലോ.
മറക്കുമ്പോഴെല്ലാം നീ നൃത്തം ചവുട്ടി
എന്റെ ഉള്ളിലേക്കു കയറിവരികയല്ലേ?

ജിബ്രാൻ

പ്രിയപ്പെട്ട മേരിഹാസ്ക്കൽ,

നമ്മൾ പക്ഷിയുടെ ജന്മമെടുത്ത്
ഭൂമിയിൽ എത്തിയവരായിരുന്നു.
നമ്മുടെ ചിറകുകളിലാകെ പൂത്ത മഴവില്ലിന്റെ
നിറം. അത് മേഘമാർഗ്ഗങ്ങളിലൂടെ
ചിറകുവിരിച്ച് താഴ്ന്നു പറക്കുമ്പോൾ
ആകാശത്തിനു ഭംഗി വർദ്ധിക്കുകയാണെന്ന്
നക്ഷത്രങ്ങൾ പറയുന്നു.
പക്ഷേ, നീയാകട്ടെ പറക്കാനാകാത്ത വിധം
എന്നിൽനിന്ന് അകന്ന് കഴിയുകയല്ലോ.
നിന്റെ ചുണ്ടുകൾ വല്ലാതെ വരണ്ടിരിക്കുന്നു.
നിന്റെ പേലവഗാനങ്ങൾ വിമൂകമായിരിക്കുന്നു.
വരൂ, നമുക്ക് ഒരിക്കൽക്കൂടി
ഈ മേഘങ്ങൾക്കിടയിൽ ഇണചേരാം.

ജിബ്രാൻ

ജെ,

ഒഴുകുവാനാകാതെ തളംകെട്ടിക്കിടക്കുന്ന
തടാകം പോലെ നിന്റെ മിഴികൾ.
അതിലെന്തോ സ്വപ്നങ്ങൾ വന്ന്
കൂടുകൂട്ടുന്നില്ല. നിന്റെ മന്ദഹാസത്താൽ
മിഴികളിലൊന്ന് തുളുമ്പിപ്പോയെങ്കിൽ.
അതു കാണുന്ന ഞാനാകും
ഭൂമിയിലെ ഏക ഭാഗ്യവാൻ.
എനിക്ക് നിന്റെ മിഴികൾ തുടയ്ക്കണമെന്നും
ചുംബിക്കണമെന്നുമുണ്ട്.
നിന്റെ അധരം പാനം ചെയ്യണമെന്നും
കവിളുകൾ അരുണാഭമാക്കണമെന്നും
എനിക്ക് കൊതിയുണ്ട്.
പക്ഷേ, ഈ വിവർണ്ണമാം മേഘങ്ങൾ
എന്നെ ഇതിനനുവദിക്കുന്നില്ലല്ലോ.
നിനക്കെന്റെ ആനന്ദത്തിലേക്ക്
ഒഴുകിയെത്താൻ കഴിഞ്ഞെങ്കിൽ.

ജിബ്രാൻ

എമിലി,

വെൺപിറാവുകൾപോലെ ആകാശത്ത്
ഒഴുകി നടക്കുന്ന മേഘങ്ങൾ.
അവ മേഘങ്ങളല്ല,
സ്വപ്നങ്ങളെന്ന് നീ പറഞ്ഞു.
നിന്റെ നുണകേട്ട് ഞാൻ പൊട്ടിച്ചിരിച്ചു.
നീയാകെ വാടിപ്പോയി.
നിന്റെ സ്വപ്നദളങ്ങളിലൊരെണ്ണം
എന്റെ ഹൃദയത്തിലേക്കാണ് വന്നുവീണത്.
ഞാനത് ചുണ്ടോടു ചേർത്തു.
അതൊരു ജലകന്യകയായി.
രാവോളം ഞങ്ങൾ കേളികളാടി.
നീ വീണ്ടും വാടിപ്പോകുന്നല്ലോ.
പ്രിയേ, അതു നീയായിരുന്നു.
അതു നിന്റെ പ്രണയമായിരുന്നു.
ഞാനാ പ്രണയത്തെ കൈക്കുമ്പിളിൽ
കോരിയെടുത്തു ചുംബിക്കുന്നു.

ജിബ്രാൻ

പ്രിയപ്പെട്ടവളേ,

ഉദ്യാനം നിറയെ നക്ഷത്രച്ചെടികൾ.
അതു കാണുമ്പോഴെല്ലാം നീ ഉന്മാദിനിയാകുന്നു.
നിന്റെ കവിളുകൾ അരുണാഭമാകുന്നു.
നിന്റെ അധരങ്ങളിൽ മധുനിറയുന്നു.
ഞാൻ സ്വപ്നങ്ങൾ കൊരുത്ത്
ഒരു നീലവിതാനമൊരുക്കുന്നു.
ഞാനൊരു മുന്തിരിവള്ളി കിളിർപ്പിച്ചെടുത്ത്
അതിലൂടെ നിന്നരികിലേക്ക് വരുന്നു.
നീ എന്നെ തിരിച്ചറിഞ്ഞതേ ഇല്ല.
നീ എന്നിലെ കവിയെ തിരയുകയായിരുന്നു.
അതെ, നിന്റെ ഇളംചൂടുള്ള മേനിയിൽ
എന്റെ നഗ്നത ഒളിപ്പിച്ചുവയ്ക്കാൻ
ഞാനെത്രമാത്രം ശ്രമിച്ചു. പക്ഷേ, അപ്പോഴും
നീയെന്നെ സംശയിക്കുകയായിരുന്നല്ലോ.

ജിബ്രാൻ

ജോസഫൈൻ,

പ്രാർത്ഥനാ നിമഗ്നരായ രാപ്പകലുകളേ,
നിങ്ങളുടെ മഹാമൗനത്തെ ഞാൻ
അഗാധമായി ആരാധിക്കുന്നു.
എന്റെ നരച്ച കൺപീലികളിലൂടെ
ഒഴുകിമറയുന്ന നീലമേഘങ്ങളേ,
നിങ്ങളുടെ നിശ്ശബ്ദയാനത്തെ ഞാൻ
അഗാധമായി ആരാധിക്കുന്നു.
എന്റെ പ്രണയിനി മാത്രം ഇതെല്ലാം കണ്ട്
ഹർഷോന്മാദിയാകുന്നില്ല.
പ്രിയപ്പെട്ടവളേ, നിനക്ക് മാത്രമായി
ഞാനിതാ ഒരാകാശം ഒരുക്കിവയ്ക്കുന്നു.
നക്ഷത്രങ്ങളെയും മേഘങ്ങളെയും
വെൺപിറാക്കളെയും സൃഷ്ടിച്ച ദൈവം
ഇതാ അതെല്ലാം കരുതിവയ്ക്കുന്നു.
അതെ, എനിക്കറിയാം എത്ര അഗാധമായാണ്
നീയെന്നെ സ്നേഹിക്കുന്നതെന്ന്.
നീ എത്ര അഗാധമായാണ് എന്നെ
ആരാധിക്കുന്നതെന്ന്. നിന്റെ പ്രണയം
എനിക്ക് ചിറകുകൾ തുന്നിത്തരട്ടെ.

ജിബ്രാൻ

പ്രിയപ്പെട്ട മേയ്സിയാദാ,

തടാകം നിറയെ ഋതുശോഭയാർന്ന
തോണികൾ. അതിൽ നിറയെ നിന്റെ
കിനാവുകൾ. കിനാവുകളിലൊന്ന്
ഞാൻ മോഷ്ടിച്ചു. നീയിതുവരെ
അത് തിരിച്ചറിഞ്ഞില്ലല്ലോ. പകരം
നീയെന്നോട് കയർക്കുകയായിരുന്നു.
ലോലമായ ഈ മേഘപാളികൾക്കുള്ളിൽ
നീ എത്ര വേഗത്തിലാണ് ഓടിക്കയറിയത്.
ഞാനോർമ്മിക്കുകയായിരുന്നു, നിന്റെ
ചുംബനത്താൽ വിരിഞ്ഞ ലില്ലിപ്പൂക്കൾ
എന്നെ ഇപ്പോഴും പ്രലോഭിപ്പിക്കുന്നുണ്ട്.
എന്റെ പ്രണയമേ, നീ എന്നെ ഉപേക്ഷിക്കരുതേ.
എന്റെ പ്രണയമേ, നീ എന്നെ വേദനിപ്പിക്കരുതേ.

ജിബ്രാൻ

ജോസഫൈൻ,

ഒരിക്കൽ മാത്രം ഞാനീ അഴകിനെ
പ്രിയപ്പെട്ടവളെ എന്നു വിളിക്കട്ടെ.
വനസരോവരങ്ങളാൽ ചുറ്റപ്പെട്ട അതിന്റെ
ഏകാന്തത നിനക്കേറെ ഇഷ്ടപ്പെടും.
വസന്തം കടഞ്ഞെടുത്ത നിന്റെ കവിതകൾ
കേൾക്കാൻ എനിക്ക് കൊതിയായി.
നീ പാടുമ്പോൾ നൃത്തം ചെയ്യുന്ന
മിന്നൽപ്പിണരുകൾ ഭൂമിയിലേക്കൊഴുകിവന്ന്
നമ്മുടെ ആനന്ദത്തെ കവർന്നെടുക്കുന്നു.
ഭൂമിയുടെ താരുണ്യത്തെക്കുറിച്ചവർ
അസൂയപ്പെടുന്നു. അഭിജാത നിമിഷമേ,
ഈ പ്രണയരാഗങ്ങളെ സ്വീകരിച്ചാലും.
ചുംബനങ്ങളാൽ വിടർന്ന ഈ ലില്ലിപ്പൂവിനെ
ഹൃദയത്തിലേക്ക് ചേർത്തുവച്ചാലും.

ജിബ്രാൻ

മേയ്സിയാദ,

വെയിൽ വരമ്പിലൂടെ നീങ്ങുന്ന
ചെമ്മരിയാടുകൾ. അവ എത്ര നിശ്ശബ്ദമായാണ്
നീങ്ങുന്നത്. അവയെ തെളിക്കുന്ന
ഇടയ ചെക്കനാകട്ടെ പാട്ടുപാടുന്നുണ്ട്.
അവന്റെ പാട്ടുനിറയെ നിന്റെ അഴകിൻപീലികൾ.
അവയിലൊന്ന് ഞാൻ ഹൃദയത്തിലേക്ക്
ചേർത്തുവച്ചു. അതോടെ ആകാശം നിറയെ
മഴവില്ലുകൾ പ്രത്യക്ഷപ്പെട്ടു തുടങ്ങി.
അതിപ്പോഴും പൂർണ്ണമായും മാഞ്ഞുപോയിട്ടില്ല.
നിന്റെ വിടർന്ന മിഴികൾ പോലെ
അതിൽനിന്നിപ്പോഴും പ്രകാശമൊഴുകുന്നുണ്ട്.
ഞാനത് കോരിക്കുടിക്കുകയാണിപ്പോൾ.
ഹൃദയമേ, ശാന്തമാക്കുക. അവളെന്നിലേക്ക്
ഒഴുകിത്തുടങ്ങിയിരിക്കുന്നു.

ജിബ്രാൻ

ജെ,

ചന്തം നിറഞ്ഞൊരു പൂവുടലാണ് നിന്റേത്.
അതിൽ നിറയെ അനുരാഗത്തിന്റെ
നക്ഷത്രപ്പൊട്ടുകൾ. ഞാനത് നോക്കി
വരയ്ക്കുകയാണ്. പ്രിയപ്പെട്ടവളേ
നിന്റെ ഉദ്യാനത്തിലേക്കെന്നെ ക്ഷണിക്കില്ലേ?
ഞാനിതാ ദേവാലയത്തെ നോക്കി
പ്രാർത്ഥിക്കുകയാണ്. ലെബനോൺ വസന്തമേ,
നീ ഇതു വഴി വന്നാലും. നിന്റെ മൗനം
എന്റെ ഏകാന്തതയെ നോവിച്ചാലും.
നിന്റെ മുന്തിരിവള്ളികൾ എന്റെ ഉടലിനെ
വലിച്ചുമുറുക്കിയാലും. ഹർഷോന്മാദത്താൽ
ഞാൻ നിലവിളിക്കട്ടെ. അരികിലിരുന്ന്
നീ എന്നെ സാന്ത്വനിപ്പിക്കുമല്ലോ.

ജിബ്രാൻ

ജെ,

പ്രണയമേ, കാമനകളുടെ ഋതുസുഗന്ധമേ,
നിനക്ക് ഹൃദ്യമാംസ്വാഗതം.
എന്റെ പ്രണയിനിയെ നീ അമർത്തി
ചുംബിച്ചല്ലോ. മണ്ണടരുകളിൽ നിന്ന്
ഉയിർകൊണ്ട മുന്തിരിവള്ളിയിലൂടെ
നീ അവളിലേക്ക് എത്തിയല്ലോ.
പ്രിയപ്പെട്ട പ്രണയമേ, അവൾ ഭൂമിയിലെ
ഒരേയൊരു ഋതുവായി മാറിയല്ലോ.
നീ അവളെ ഇപ്പോഴും സ്നേഹിക്കുന്നുവല്ലോ.
എന്റെ സ്മൃതികളിൽ അവളിപ്പോഴുമുണ്ട്.
അവളുടെ രാഗവിലോലമാം നിമിഷങ്ങൾ
എന്റെ മൗനങ്ങളെ വാചാലമാക്കുന്നു.
ഞാനിതാ ഒറ്റച്ചിറകിന്റെ കരുത്തിൽ
പറന്നു പോകുന്നു. എന്റെ പ്രണയമേ,
എന്റെ പ്രണയമേ.

ജിബ്രാൻ

പ്രിയപ്പെട്ട ഹാരാ,

നീ ഇപ്പോഴും ഋതു സുഗന്ധം
പൊഴിയുന്ന രാവുകളിൽ നൃത്തം
ചെയ്യാറുണ്ടോ? ഇപ്പോഴും കന്യകമാരൊത്ത്
പ്രണയഗീതങ്ങൾ ആലപിക്കാറുണ്ടോ?
ഇടയചെക്കൻമാരോട് നീ ഇപ്പോഴും
പരിഭവിക്കാറുണ്ടോ? ഞാൻ മാത്രമെന്തേ,
പരിഭവങ്ങളൊന്നുമില്ലാതെ നിന്നെ
പ്രണയിക്കുന്നു. ദേവാലയവിശുദ്ധിപോലെ
നിന്റെ പ്രണയം ഞാനിപ്പോഴും
സൂക്ഷിച്ചുവച്ചിരിക്കുന്നു. പ്രിയപ്പെട്ടവളേ,
ഭൂമി ആകാശത്തെ ചുംബിക്കും മുൻപ്,
സമുദ്രം അതിന്റെ ശാസനകൾ ഭൂമിയിൽ
നടപ്പാക്കും മുൻപ് നീ എന്നിലൂടൊഴുകിയാലും.

ജിബ്രാൻ

പ്രിയപ്പെട്ട ഹാരാ,

അസ്തമയത്തിലേക്ക് ഒഴുകിയെത്തുന്ന
പകലിന്റെ ഭംഗി നീ കണ്ടിട്ടുണ്ടോ.
എത്ര ചാരുതയാർന്ന അനുഭവമാണത്.
വെള്ളിമേഘങ്ങളും ഋതുമഞ്ഞിൽ
നനഞ്ഞുകുതിർന്ന മഴവില്ലും ഇന്നൊരേ
രാഗത്തിൽ പാടുന്നു. നിലാവിന്റെ
പ്രാർത്ഥനയിൽ മുന്തിരിച്ചാറുപോലെ
മുഗ്ദ്ധമായ നിന്റെ മുഖം വിടരുന്നത്
ഞാൻ കാണുന്നുണ്ട്. പ്രിയപ്പെട്ടവളേ,
നിന്റെ തുടിക്കുന്ന ഹൃദയം എന്റെ
ഹൃദയത്തിനോട് ഇന്നലെ രാവോളം
മന്ത്രിച്ചതെന്താണ്? ദൈവം തന്ന രാഗങ്ങളെ
നീയെന്തിനാണ് മേഘങ്ങൾക്കുള്ളിൽ
ഒളിപ്പിച്ചുവച്ചത്. നിന്റെ നക്ഷത്രച്ചിറകുകളിൽ
പറ്റിച്ചേർന്ന് പറക്കാൻ ഞാനതിയായി
കൊതിക്കുന്നു. പ്രിയപ്പെട്ടവളേ,
എന്റെ പ്രിയപ്പെട്ടവളേ....

ജിബ്രാൻ

മേയ്സിയാദാ,

പുലർകാല മഞ്ഞുപോലെ നിൻമുഖം.
ഇളംകാറ്റിൽ അതുമെല്ലെ വിടരും പോലെ.
നീ ഉദ്യാനത്തിലെ ഇളംചൂടാർന്നൊരു
പൂവാണെന്ന് ഞാൻ. എന്റെ വാക്കുകൾ
കേട്ട് നീ ലജ്ജാവിവശയാകുന്നു.
മുന്തിരിവള്ളിയായി
ഞാൻ നിന്നിലൊഴുകുമ്പോൾ,
പാതിരാപ്പൂവിൻ സുഗന്ധം വാനിൽ
നിറയുമ്പോൾ പ്രിയപ്പെട്ടവളേ,
നിൻ അധരങ്ങളിൽ വിരിഞ്ഞ നക്ഷത്രപ്പൂക്കളെ
ഞാനേതു സ്വപ്നത്തിനുള്ളിലാണ്
കൊരുത്തുവയ്ക്കേണ്ടത്.
എന്റെ മുറിവുകളെ നീ ആഴത്തിൽ
സ്പർശിച്ചാലും.
പുൽക്കൊടികളും മുന്തിരിയിലകളും
അതുകണ്ട് അസൂയപ്പെടട്ടെ.

ജിബ്രാൻ

ജെ,

ആകാശമേഘങ്ങളെ ദൈവം
കവിതകളാക്കി മാറ്റിയിരിക്കുന്നു.
നക്ഷത്രങ്ങൾ വിശുദ്ധാനുരാഗത്തോടെ,
നിശ്ശബ്ദം കവിതകളിൽ ചേർന്നു
നിൽപ്പാണ്. നമുക്ക് വിരുന്നൊരുക്കിയ
ഋതുസുഗന്ധം മുന്തിരിച്ചാറാൽ
ഹൃദയങ്ങളെ സ്നാനപ്പെടുത്തുന്നു.
പ്രണയിക്കുമ്പോൾ നാം
വെള്ളിൽപ്പക്ഷികളായിരുന്നു.
നോക്കൂ, ഇത് ഋതുകാലമാണ്.
പുതിയ ഗാനങ്ങൾ പർവ്വശൃംഗങ്ങളിൽ
നിന്നൊഴുകുന്ന പ്രവാഹങ്ങൾക്കൊപ്പം
ഒഴുകിവരുന്നുണ്ട്. സ്നേഹിച്ചു തളരാത്ത
ഒരു കാമുകൻ ഇപ്പോഴും പുഴക്കരയിലിരുന്ന്
പാടുന്നുണ്ട്. അതു ഞാനായിരുന്നുവെന്ന്
നീ ഇപ്പോഴും കരുതുന്നുണ്ടോ?

ജിബ്രാൻ

മേയ്സിയാദാ,

നിന്നോടൊത്തിരിക്കുമ്പോൾ
ഞാൻ ജീവിതത്തെ തിരിച്ചറിയുന്നു.
ജീവിതം ഇപ്പോൾ ഈ നിമിഷം
മുതൽ നഗ്നമാണ്. വർണ്ണങ്ങൾ
കൊണ്ട് ഒരുക്കിയെടുത്ത നഗ്നതയാണത്.
നിന്റെ മിഴികളിലേക്കു നോക്കിയിരിക്കുമ്പോൾ
പ്രിയപ്പെട്ട ഏകാന്തതേ, നിന്റെ പക്ഷിക്കൂട്ടങ്ങളെ
ഞാൻ കാണാറുണ്ട്. ഓരോ പക്ഷിക്കും
ദൈവം ചക്രവാളത്തിൽ കൂടൊരുക്കി
വച്ചിരിക്കുന്നു. അതുകൊണ്ടായിരിക്കും
അവർ സാഗരം കടന്ന് ഇപ്പോഴും
പറന്നുകൊണ്ടിരിക്കുന്നത്.

പക്ഷിത്തൂവലുകൾ കൊണ്ട് ഒരു കൂട്
ഈ ഏകാന്തതയിൽ എനിക്ക്
ഒരുക്കണമെന്നുണ്ട്. അതിനു മുകളിൽ
ലെബനോൺ മേഘങ്ങൾ വെയിൽ
വിതറിക്കൊണ്ട് മെല്ലെ നീങ്ങണം.
കൊച്ചുകൊച്ചു നക്ഷത്രങ്ങൾ,
അവരുടെ പുഞ്ചിരി ഇതിലേക്കായി
പൊഴിക്കണം. എഴുതാനിരിക്കുമ്പോഴും
വരയ്ക്കാനിരിക്കുമ്പോഴും ഞാൻ നക്ഷത്രങ്ങളെ
ക്കുറിച്ച് മാത്രം സ്വപ്നം കാണുന്നതിന്റെ
പൊരുളെന്താണ്? നഗ്നമായതെന്തും
ജീവിതത്തിലുണ്ട്. പക്ഷിക്കൂടും തടാകങ്ങളും
പർവതനിഴലുകളും നാദബിന്ദുക്കളും
ഒക്കെച്ചേർന്നുള്ള ചിത്രമെഴുതാൻ
ഇപ്പോൾ ഈ നിമിഷം മുതൽ ദൈവം
എന്നോടു കല്പിച്ചിരിക്കുന്നു.

ജിബ്രാൻ

മേരിഹാസ്ക്കൽ

ശലഭനിമിഷങ്ങൾ പെയ്തൊഴിഞ്ഞിരിക്കുന്നു.
നീയാകട്ടെ ഒരു വിദൂരതാരമായി
എന്റെ ഹൃദയത്തിലിപ്പോഴും
പൂചൂടി നിൽക്കുകയാണ്. നിന്റെ നൃത്തം,
നിന്റെ ഗാനം എല്ലാമിന്ന്
ഭൂമിക്ക് അലങ്കാരമായി മാറിക്കഴിഞ്ഞു.
ലെബനോൺ താഴ്‌വരയിൽ വിടർന്ന
ഹേമന്ത പുഷ്പങ്ങളിലാകെ നിന്റെ
അഴക് കൊരുത്തുവച്ചിരിക്കും പോലെ.
നിന്റെ ആത്മാവിൽ നിറയെ പ്രണയമുകുളങ്ങൾ.
ഒരു ചെറുതെന്നലിൽ മീട്ടിപ്പാടുന്ന
ഈ വനസരോവരം നിറയെ നിന്റെ പീലികൾ.
ഋതുകന്യകേ, എന്റെ സ്വപ്നവേദിയിലേക്ക്
നീ ഒരിക്കൽകൂടി വന്നാലും. താഴ്‌വാരങ്ങളിൽ
നാമൊരുമിച്ച് നട്ടുനനച്ച നക്ഷത്രച്ചെടികൾ
പൂവിട്ടിരിക്കുന്നു. അതിൻ സുഗന്ധം
നമുക്കിരുവർക്കും കോരിക്കുടിക്കേണ്ടതുണ്ട്.

ജിബ്രാൻ

പ്രിയപ്പെട്ട ഹാരാ,

ലജ്ജാവതികളായ മുന്തിരിവള്ളികളെ
എനിക്കൊരിക്കലും പ്രണയിക്കാനായിട്ടില്ല.
അവ എല്ലായ്പ്പോഴും മേഘഹൃദയങ്ങളെ
പ്രണയിച്ചുകൊണ്ടേയിരിക്കും. എന്നാൽ,
എന്നെ ഇപ്പോൾ പ്രണയിക്കുന്ന ഈ മുന്തിരി
വള്ളി എന്റെ മേലാകെ പടർന്നുകയറുകയാണ്.
എന്റെ സങ്കല്പചാരുതകളിലേക്ക് അവൾ
പച്ചപ്പിന്റെ ചായം പുരട്ടുന്നു. ലോലമായ
നഗ്നതകളെ അവൾ തളിരിലകൾ കൊണ്ട്
ചുംബിക്കുന്നു. മുഖഭംഗികളിലേക്ക്
പടർന്നുകയറി മിഴികളിലെ സങ്കടങ്ങളെ
മറയ്ക്കുന്നു. മാറിടങ്ങളിൽ പറ്റിച്ചേർന്ന
കുങ്കുമം ഒരു വെളുത്ത തൂവലിനാൽ
മായ്ച്ചു കളയുന്നു. മുന്തിരിവള്ളിയുടെ
അനുസരണയില്ലായ്മയ്ക്കു പോലും
എന്തു ഭംഗിയാണ്. ആ അഭിജാത ഭംഗിയിൽ
ഞാനൊരിക്കൽക്കൂടി പ്രണയോന്മാദിയാകുന്നു.
പ്രിയപ്പെട്ടവളേ, എന്റെ മാത്രം
പ്രിയപ്പെട്ടവളേ,
നീയും മുന്തിരിവള്ളിയും
തമ്മിലെന്തു വ്യത്യാസം?

ജോസഫൈൻ,

ഞാൻ പറഞ്ഞില്ലേ പുഴയ്ക്കെന്റെ
പേരറിയാമെന്ന്, പ്രിയപ്പെട്ടവനേയെന്ന്
നീയെന്നെ വിളിക്കും പോലെയാണ്
ഓരോ പുഴയും എന്നെ സ്വാഗതം ചെയ്യുന്നത്.
അതു കേട്ടിട്ടാകണം പുഴയ്ക്കപ്പുറത്തു നിന്ന്
മുഖമുയർത്തി നോക്കിയ പൂമരത്തിലിരുന്ന
കിളിയും എന്നെ സ്വാഗതം ചെയ്യുന്നത്.
ഒരിക്കൽക്കൂടി നീയെന്നെ പ്രിയപ്പെട്ടവനേ
എന്ന് വിളിക്കൂ. ഈ സുന്ദരപ്രപഞ്ചം
അതുകേട്ട് എന്നെ അങ്ങനെ തന്നെ വിളിക്കട്ടെ.
അപ്പോൾ മാത്രം ഇരുൾച്ചിറകുകൾ മാറ്റി
ഭൂമിയിലേക്കൊരു പ്രകാശമേഘം പറന്നുവരും.
ഗായികയായ പക്ഷിക്ക് നീ എനിക്കായി
എഴുതിയ ഗാനങ്ങൾ ചൊല്ലിക്കൊടുക്കണം.
അതു പർവതശൃംഗങ്ങളിലിരുന്ന് ആ ഗാനങ്ങൾ
മധുരമായി ആലപിക്കട്ടെ. അതു കേട്ട പുഴയും
പൂക്കളും കിളികളും നമ്മെ സ്നേഹിക്കട്ടെ.
സ്നേഹിച്ചു സ്നേഹിച്ചു നമ്മെ സ്വന്തമാക്കട്ടെ.

ജിബ്രാൻ

ജെ,

കൊടുങ്കാറ്റുകളെ സൃഷ്ടിച്ച ദൈവം
ഇളംകാറ്റിന്റെയും നാഥനായിരിക്കുന്നു.
പർവ്വതശിഖരത്തിലിരുന്ന് ഉദയാസ്തമയങ്ങൾ
കാണാൻ ഞാൻ നിന്നെ എത്രയോ
കാലമായി ക്ഷണിക്കുന്നു. നമുക്കിവിടെയിരുന്നാൽ
സമുദ്രസംഗീതം കേൾക്കാം.
വിദൂരതയിൽ ഒഴുകിമറയുന്ന കപ്പൽപായ്കളിൽ
പറ്റിച്ചേർന്ന ജലനക്ഷത്രങ്ങളെ കാണാം.
ഇവിടെ ദൈവം ശിശിരഭംഗിയിൽ ഒരു വിരുന്നു
ശാല ഒരുക്കിയിരിക്കുന്നു. നമുക്കിവിടെയിരുന്ന്
മുന്തിരിത്തോട്ടങ്ങളുടെ ചിത്രങ്ങൾ വരയ്ക്കാം.
നിന്റെ സുഗന്ധനിശ്വാസങ്ങൾ എന്നിൽനിന്ന്
അടർത്തിയെടുക്കാൻ ഒരു കൊടുങ്കാറ്റിനോടും
ദൈവം ആജ്ഞാപിച്ചിട്ടില്ല. പ്രിയപ്പെട്ടവളേ,
ഫലവൃക്ഷങ്ങളും ആട്ടിൻപറ്റങ്ങളുമില്ലാത്ത
താഴ്വാരത്തിൽ നമുക്ക് എത്രകാലം സന്ധ്യകൾ
കണ്ടിരിക്കാനാകും. കൊടുങ്കാറ്റിനെയും
ഇളംകാറ്റിനെയും സൃഷ്ടിച്ച ദൈവം
നമുക്കുവേണ്ടി ഗാനമാലപിക്കുന്നു.
തൃഷ്ണകളുടെ ആകാശഗോപുരത്തിലിരുന്ന്
നമുക്ക് ഗാനമാസ്വദിക്കാം.

ജിബ്രാൻ

ജെ,

ജന്മജന്മാന്തരങ്ങളിൽ നിന്നാരംഭിച്ച്
അനാദിയിലേക്കൊഴുകുന്ന ഒരു നദിയുണ്ടെന്റെ
ഉള്ളിൽ. ആ നദിക്ക് ഞാൻ നിന്റെ
പേരു വിളിക്കുന്നു. വിശുദ്ധവും മുന്തിരിച്ചാറു
പോലെ മുഗ്ദ്ധവുമായ ആ നദിയുമായി
ഞാൻ വല്ലാത്തൊരു പ്രണയത്തിലാണ്.
എന്നെ അവൾ മുളങ്കാടുകളിലേക്കും
ഹരിതാഭകളിലേക്കും ക്ഷണിക്കുന്നു.
അവൾ എനിക്കു വേണ്ടി നിലാവലകളാൽ
തുന്നിയ രാഗങ്ങൾ ഒരുക്കിവച്ചിരിക്കുന്നു.
കണ്ണടയ്ക്കുമ്പോഴെല്ലാം അവളുടെ തളിർത്ത
ചുണ്ടുകൾ എന്നെ മെല്ലെ വന്നു തൊട്ടു
വിളിക്കുന്നു. പ്രിയപ്പെട്ടവളേ,
വനസരോവരങ്ങളും മുളങ്കാടുകളും
വിട്ടിറങ്ങിയ നിന്നെ എന്റെ ഹൃദയം
എന്നേ ഏറ്റുവാങ്ങിക്കഴിഞ്ഞു.

ജിബ്രാൻ

ജെ,

ആർദ്രമാം ഈ വിരലുകൾ കൊണ്ടാണല്ലോ
നീ കിന്നരം വായിച്ചിരുന്നത്.
ഞാനീ വിരലുകളെ ഓർമ്മകളിലേക്ക്
എടുത്തുവയ്ക്കുന്നു. മഞ്ഞുതുള്ളികൾ
പോലെ സ്നിഗ്ദ്ധമാം മിഴിയിണകൾകൊണ്ടാ
ണല്ലോ നീയെന്റെ പ്രണയത്തെ
സ്നാനപ്പെടുത്തിയത്. ആ നിമിഷത്തെ ഞാൻ
പളുങ്കുപാത്രത്തിൽ സൂക്ഷിച്ചുവയ്ക്കുന്നു.
എന്റെ കാമനകളെ എത്ര വേഗത്തിലാണ്
നക്ഷത്രങ്ങൾ കവർന്നു കൊണ്ടുപോയത്.
നോക്കൂ, ജലശയ്യയിൽ തളർന്നുകിടക്കുന്ന
ചാന്ദ്രരശ്മികൾ. അവ നിശ്ശബ്ദം എന്തോ
മന്ത്രിക്കുന്നുണ്ട്. പ്രിയപ്പെട്ടവളേ, നിന്റെ
ഇന്ദ്രിയോന്മാദ സുഗന്ധത്താൽ
ഈ ഭൂമി ഋതുമതിയാകട്ടെ.
ഞാനാ അഭിജാത സുഗന്ധത്തിലലിയട്ടെ.

ജിബ്രാൻ

പ്രിയപ്പെട്ടവളേ,

നീ പറയുക. സ്വപ്നങ്ങളുടെ
നിറമെന്താണ്? നിന്റെ സ്വപ്നങ്ങൾ
കൂടുതുറന്നു വരുന്ന പക്ഷിക്കൂട്ടങ്ങൾ
പോലെയാണ്. അതെന്റെ ആത്മാവിനെ
മുറിപ്പെടുത്താനൊരുങ്ങുന്നു.
പോപ്ലർ മരത്തണലിലിരുന്ന് കിന്നരം
വായിക്കുന്ന അജ്ഞാത ഗായകാ,
നീയെന്റെ അപ്സരസ്സിനെ വേദനിപ്പിക്കരുതേ.
എന്റെ പ്രണയിനിയുടെ സ്വപ്നങ്ങളിലാകെ
നീ ചായംപുരട്ടിയാലും. നിശാവസ്ത്രങ്ങളണി
ഞ്ഞെത്തുന്ന നീയെത്ര സുന്ദരിയായിരിക്കുന്നു.

ജിബ്രാൻ

മേരിഹാസ്ക്കൽ,

കവിയാകും മുൻപ് നീയൊരു നക്ഷത്രമായിരുന്നു. നക്ഷത്രമാകും മുൻപ് നീയൊരു ആകാശമായിരുന്നു. ആകാശമാകും മുൻപ് നീയൊരു പ്രകാശമായിരുന്നു. അനന്തമായ കാലമേ, നീ അവൾക്ക് വിശുദ്ധിയുടെ കുപ്പായം നൽകുക. നിലാവലകളാൽ തുന്നിയ കുപ്പായം നീ ധരിച്ചാലും. ദേവാലയത്തിനു പുറത്തേക്കിറങ്ങി വരുന്ന നിന്നെ കാണാൻ ഞാനിതാ കാത്തു നിൽക്കുന്നു. നീ വന്നാലും.

ജിബ്രാൻ

എമിലി,

ഭൂമിയുടെ പ്രണയ ഹൃദയം
ഇന്ന് നിലാവിനാൽ നനഞ്ഞിരിക്കുന്നു.
എന്റെ സ്മൃതിയിലേക്കൊരു ശരംവന്ന്
തറയുന്നു. ഒരിറ്റു കണ്ണീർ നിന്റെ
കവിളുകളെ നനയ്ക്കുന്നു. വിരുന്നുശാല
യിൽവച്ച് നാം മിണ്ടിക്കരഞ്ഞപ്പോൾ
ആരാണ് നമ്മുടെ സ്വപ്നങ്ങൾക്ക്
നേരെ കയർത്തത്. നീ പറയുക,
ദൈവംതന്ന ചിറകുകൾ നമുക്ക്
നഷ്ടപ്പെടുത്തണമോ?

ജിബ്രാൻ

ബാരി,

എന്റെ ഹൃദയവ്യഥ നീ അറിഞ്ഞാലും.
ഞാനിന്ന് തികച്ചും ഒറ്റപ്പെട്ടിരിക്കുന്നു.
ഏകാന്തതയിൽ നിന്നൊരു വെളിച്ചം
എന്റെ മിഴികളിലേക്ക് മെല്ലെ
പെയ്തിറങ്ങുന്നുണ്ട്. ഞാൻ പറയട്ടെ,
അതു നിന്റെ പ്രണയനക്ഷത്രമായിരുന്നു.
നോക്കൂ, മുന്തിരിച്ചാറാൽ നീ ഒരുക്കിയെടുത്ത
രാവ് ഇപ്പോൾ എത്ര അഗാധമായാണ്
എന്നെ പ്രണയിക്കുന്നത്. എന്റെ നഗ്നതയിൽ
പൂ ചൂടിക്കുവാൻ ഋതുദളങ്ങളുമായി നീ വരുമോ?

ജിബ്രാൻ

ഹാരി,

സ്മൃതികളുടെ ജലാശയം നിറയെ
വാനമ്പാടികളുടെ നിഴലുകൾ.
അവ വെൺപിറാവുകൾ പോലെ
ചിറകുകൾ വിടർത്തി
ജലോപരിതലത്തിൽ കവിത എഴുതുന്നു.
ദൈവമേ, നിന്റെ പീലികളാൽ തുന്നിയ
ഈ ശിരോവസ്ത്രം ഇതാ
എന്റെ പ്രണയിനി ചൂടിനിൽക്കുന്നു.
ജലാശയത്തിലേക്ക് ഒഴുകിവന്ന
ഒരു തോണി നിറയെ സ്വപ്നങ്ങൾ.
ഗഗനസഞ്ചാരികളായ നക്ഷത്രങ്ങൾ
അചുംബിതമായ കാമനകളോർത്ത്
വിതുമ്പിനിൽക്കുന്നു.
നഗ്നവസന്തമേ, നിന്റെ ചിറകുകൾക്കുള്ളിൽ
ഒളിപ്പിച്ചുവച്ചിരിക്കുന്ന ഈ ശലഭത്തെ
പുറത്തേക്കു പറത്തിവിടുക.
അവ എന്റെ വാനമ്പാടികൾക്കൊപ്പം
പറന്നു നടക്കട്ടെ. മാലാഖമാരും
വെള്ളാരം കല്ലുകളും അതുകണ്ടിരിക്കട്ടെ.
പൂക്കാലങ്ങൾക്കൊടുവിൽ വിരുന്നുവരാറുള്ള
കുഞ്ഞുനക്ഷത്രമായി എന്റെ പ്രണയിനി
ഒരു മഞ്ഞക്കുപ്പായം തുന്നിവച്ചിരിക്കുന്നു.

ജിബ്രാൻ

പ്രിയപ്പെട്ട ഹാരി,

നിന്റെ മിഴികളിലാകെ അരളിപ്പൂക്കൾ.
അത് ഹേമന്തത്തിനോടു പറയുകയാണ്
'വരൂ, എന്റെ ആനന്ദത്തിലേക്ക്
അലിഞ്ഞുചേരൂ എന്ന്.
നീയും അവിടേക്കു തന്നെ
എന്നെ ക്ഷണിക്കുകയല്ലേ.
ദയാരഹിതമായ കാലമേ,
ഞങ്ങളുടെ വിരുന്നിനു കണ്ണീരു
കലർന്ന അപ്പം വിളമ്പരുതേ.
ഇളം കാറ്റിലുലയുന്ന
അവളുടെ നിശാവസ്ത്രങ്ങളുടെ
ഭംഗിചോർത്തിക്കളയരുതേ.
അംഗരാഗങ്ങൾ പൂവിട്ട അവളുടെ
മൃദുമേനി വിറകൊള്ളിക്കരുതേ.
നീ എന്നോടൊപ്പം അലിഞ്ഞു ചേർന്നാലും.

ജിബ്രാൻ

എമിലിമിഷേൽ,

മാലാഖമാരിതാ നിനക്കുചുറ്റും
ആനന്ദനൃത്തം ചെയ്യുന്നു. ഞാനത്
രാവോളം കണ്ടിരുന്നു. വിദൂരതയിൽ
നിന്നൊഴുകിവരുന്ന ഋതുഗാനം ഇപ്പോൾ
ഉയർന്നു കേൾക്കുന്നുണ്ട്. എന്റെ സുന്ദരീ,
നിന്റെ പ്രാർത്ഥനകളാൽ ഈ പകലുകളെക്കൂടി
അനുഗ്രഹിച്ചാലും. നിന്റെ ഹൃദയത്താൽ
ഈ രാവുകളെക്കൂടി ചുംബിച്ചാലും.

ജിബ്രാൻ

മേയ്സിയാദാ,

പ്രണയം ഇപ്പോൾ നൃത്തം ചെയ്യാറില്ല.
നിന്റെ അരികിൽ എത്ര ശാന്തമായാണ്
അത് മയങ്ങിക്കിടക്കുന്നത്. നിന്റെ ഋതുഗാനം
ഇനിയും പെയ്തൊഴിയാതിരുന്നെങ്കിൽ.
നിന്റെ തളിരാധരങ്ങൾ പ്രാർത്ഥനകളാൽ
പ്രശോഭിതമായെങ്കിൽ. പ്രിയപ്പെട്ടവളേ,
ഭൂമിയിലും ആകാശത്തുമായി
ഒഴുകിപ്പരക്കുന്ന പ്രണയഗാനം
മുന്തിരിച്ചാറിൽ നാം കടഞ്ഞെടുത്തതല്ലേ?

ജിബ്രാൻ

പ്രിയപ്പെട്ട എമിലി,

പുലർകാല മൊട്ടുകൾ
പോലെയാണ് പ്രണയം.
അതു വിടരുംവരെ
നമുക്ക് കാത്തിരിക്കേണ്ടതുണ്ട്.
മഞ്ഞച്ചിറകുകളുള്ള ഒരു പക്ഷിക്കുഞ്ഞ്
എത്രവേഗത്തിലാണ് മേഘങ്ങളിൽനിന്ന്
ഭൂമിയിലേക്കു പറന്നിറങ്ങിയത്.
അതാകട്ടെ, ഇളം നീലനിറമാർന്ന
ചുണ്ടുകൾകൊണ്ട് മൊട്ടുകളെ
ചുംബിക്കുന്നു. അദ്ഭുതം.
മൊട്ടുകൾ വിടരാൻ തുടങ്ങി.
അതു പൂത്തുവിടർന്നു.
അതിൽനിന്ന് സുഗന്ധമൊഴുകി.
അതെന്റെ വികാരങ്ങളെയാകെ
കോരിത്തരിപ്പിക്കുന്നു.
അതെന്നെ ഉന്മാദിയാക്കുന്നു.
പ്രിയപ്പെട്ടവളേ, മഞ്ഞച്ചിറകുകളുള്ള
പക്ഷിക്കുഞ്ഞ് നീ തന്നെ ആയിരുന്നില്ലേ.
ഇളം നീലനിറമാർന്ന ചുണ്ടുകൾകൊണ്ട്
എന്റെ ഹൃദയത്തെ ചുംബിച്ചത്
നീ തന്നെ ആയിരുന്നില്ലേ?

ജിബ്രാൻ

മേയ്സിയാദാ,

പുലർകാലംപോലെ തളിർത്തുനില്ക്കുന്ന
ഒറ്റയൊറ്റ പൈൻമരങ്ങൾ.
അതിൽ നിറയെ വാനമ്പാടികൾ.
അവരൊന്നായി പാടുന്നത് നീ കേൾക്കുന്നില്ലേ.
പ്രിയപ്പെട്ട സുന്ദരീ, നിന്റെ കവിളുകളെന്തേ
വിവർണ്ണമായിരിക്കുന്നു.
നിന്റെ മിഴികളെന്തേ നിശ്ശബ്ദമായിരിക്കുന്നു.
ഞാനവരോട് എന്താണ് പറയേണ്ടത്.
നിന്റെ ഹൃദയത്തിൽ നിന്ന് തുളുമ്പിയ
ഋതുഗാനങ്ങൾ ഞാനിതാ കൊരുത്തു
വച്ചിരിക്കുന്നു. നിന്റെ തൂവലുകൾ
ഞാനിതാ ഭൂമിയുടെ സ്വപ്നത്തിനുമേൽ
അലങ്കരിച്ചുവച്ചിരിക്കുന്നു. ഭൂമിയിൽ നിന്ന്
നീ അകലേക്ക് പോകരുതേ.
നിന്റെ ചിറകുകൾക്കുള്ളിൽ
എന്റെ ഹൃദയത്തെക്കൂടി ചേർത്തുവയ്ക്കില്ലേ.
നിന്റെ ആലിംഗനത്തിനായി
ഞാനിതാ കാത്തുനിൽക്കുന്നു.

ജിബ്രാൻ

പ്രിയപ്പെട്ട ബാരി,

പ്രാർത്ഥനയിൽ നീ ദൈവത്തിനോട്
ഏറെ അടുത്തിരുന്ന് കിന്നരം മീട്ടുകയായിരുന്നു.
പാരിതോഷികങ്ങൾ നിറഞ്ഞ ഒരു പൂക്കൂട
ദൈവം നിനക്ക് നൽകിയത് ഞാൻ കണ്ടു.
ദൈവംതന്ന സമ്മാനങ്ങൾ
നീ എന്തിനാണ് എന്നെ ഏല്പിച്ചത്.
നിനക്കത് മുന്തിരിച്ചാറിൽ ഒളിപ്പിച്ചു
വയ്ക്കാമായിരുന്നില്ലേ.
നമ്മുടെ പ്രണയഹൃദയം ഇന്നേറെ
തൃപ്തമാണ്. നമ്മുടെ ചിറകുകൾക്ക്
പഴയ ഊർജ്ജസ്വലത കൈവന്നിരിക്കുന്നു.
നിലാവിനാൽ തുന്നിയ രാഗങ്ങൾ ആലപിച്ചാണ്
നാം പറന്നു തുടങ്ങിയത്.
പ്രിയപ്പെട്ടവളേ, വെള്ളാരം കല്ലുകളും
നക്ഷത്രങ്ങളും നമ്മെ നോക്കി
'പ്രണയിനികളേ' എന്നു വിളിക്കുന്നു.
ഞാനാകട്ടെ അതുകേട്ട് ആനന്ദചിത്തനാകുന്നു.
നീ അപ്പോഴും എന്റെ ഹൃദയത്തിലേക്ക്
ചേർന്നമർന്ന് കരയുകയായിരുന്നല്ലോ.

ജിബ്രാൻ

പ്രിയപ്പെട്ടവളേ,

ബിസ്ഹാരിയിലെ രാവുകളെ
നീ അനുഭവിച്ചിട്ടുണ്ടല്ലോ.
മുന്തിരിച്ചാറുപോലെ തളിർത്തരാവുകൾ.
അവ നുണഞ്ഞു മയങ്ങുമ്പോൾ
വെള്ളിൽപ്പക്ഷികൾ ഭൂമിയിലേക്കു പറന്നുവന്നു.
നമ്മുടെ തല്പത്തിനരികിലിരുന്ന് അവർ
അനശ്വരങ്ങളായ പ്രണയഗീതങ്ങൾ പാടി.
നിന്റെ അധരം പൂത്തു വിടർന്നു.
നീയും ആലസ്യത്താൽ
നിന്റെ സ്വപ്നങ്ങളോടൊപ്പം മയങ്ങുകയായിരുന്നു.
ശിശിരത്തിൽ നിന്നൊരില
എന്റെ ക്യാൻവാസിലേക്ക്
മെല്ലെ പറന്നിറങ്ങുമ്പോൾ, രാവിൻ ഋതുമുകുളം
മെല്ലെ നൃത്തം ചെയ്യുമ്പോൾ
ഞാനൊരു ശലഭനിമിഷത്തിനു വേണ്ടി
ദാഹിക്കുകയായിരുന്നു.
പ്രിയപ്പെട്ടവളേ, നീ പാനം ചെയ്യും
മുന്തിരിച്ചാറിൻ ലഹരിയിൽ ഞാനും പങ്കുചേരട്ടെ.

ജിബ്രാൻ

ജോസഫൈൻ,

അനാദിയായൊരു നദി.
നദിക്കരയിൽ ഒരു മുളങ്കാട്.
മുളങ്കാടിൻ സ്വച്ഛതയിൽ നാമിരുപേർ.
നമ്മുടെ ഹൃദയമാകെ
തുടികൊട്ടി പാടുകയാണ്.
നമ്മുടെ മിഴികൾ പരസ്പരം കോർത്ത്,
അതിൽനിന്ന് ദാഹത്തിന്റെ ഉറവ
പൊട്ടിയൊലിക്കുന്നു.
നമ്മുടെ ശരീരത്തിന് ചൂടുപിടിക്കുന്നു.
നീ ചുംബിക്കുമ്പോൾ
ഞരമ്പുകളാകെ വലിഞ്ഞു മുറുകുന്നു.
ഹരിതാഭകളിലേക്ക് പ്രാണൻ
ഒഴുകിപ്പോകും പോലെ. നോക്കൂ,
ഈ നദിയിൽ ഒഴുക്കുകൂടിയിരിക്കുന്നു.
തീരങ്ങളിലെ മുന്തിരിത്തോട്ടങ്ങളെയാകെ
ഈ നദി കവർന്നെടുക്കുംപോലെ.
നമുക്ക് തോണികൾ തന്ന
ദൈവത്തിനോടായി പ്രാർത്ഥിക്കാം.
നമ്മുടെ ശരീരങ്ങളിൽ നിന്ന് ചിറകുകൾ
മുളയ്ക്കട്ടെ. നമുക്ക് പറക്കാൻ കഴിയട്ടെ.
നമ്മൾ പ്രപഞ്ചലീലയിലലിയട്ടെ.

ജിബ്രാൻ

മേരിഹാസ്ക്കൽ,

ഗ്രീഷ്മതാപത്താൽ വാടിപ്പോയ
മുന്തിരിവള്ളികൾ കാൺകേ
നാമിരുവരും വല്ലാതെ സങ്കടപ്പെട്ടു.
അപ്പോഴാകട്ടെ, തേനീച്ചകൾ കൂട്ടമായി വന്ന്
നിന്നോട് പായാരം പറയുകയായിരുന്നു.
നിന്റെ നീലമിഴികളിൽനിന്ന്
ഞാനകന്നു പോകുന്നതുപോലെ തോന്നി.
നീയാകട്ടെ തേനീച്ചകൾക്കൊപ്പം
വിരുന്നുകൂടാൻ പോയി.
കൊയ്ത്തുകാർ ഉപേക്ഷിച്ചുപോയ
വയലിടങ്ങളിൽ ഇതാ കൊറ്റികൾ പറന്നിറങ്ങുന്നു.
പുഴയിൽ തിമർത്തുചാടുന്ന ഒരു കുഞ്ഞുമത്സ്യം
എന്റെ മിഴികളെ അവിടേക്കു ക്ഷണിക്കുന്നു.
നീയാകട്ടെ, എന്നെ ഭൂമിയിൽ
ഉപേക്ഷിക്കുവാൻ വ്യഗ്രതകാട്ടുന്നു.
ഗ്രീഷ്മതാപത്താൽ വാടിപ്പോയ
മുന്തിരിവള്ളിപോലെ ഞാൻ ഭൂമിയിലൊറ്റപ്പെടുന്നു.

ജിബ്രാൻ

പ്രിയപ്പെട്ട ജെ,

കാത്തിരിക്കുമ്പോൾ ഞാൻ
നഷ്ടദിനങ്ങളെപ്പറ്റി ഓർക്കാറില്ല.
നമ്മുടെ പ്രണയത്തിന്റെ ഭംഗിയെപ്പറ്റി
ഞാൻ സ്വപ്നം കാണാറില്ല.
പക്ഷേ, ഈ രാവ് എന്നെ
പൂർണ്ണനഗ്നനാക്കിയിരിക്കുന്നുവല്ലോ.
നിന്റെ ഇളംചൂടാർന്ന തൂവലുകൾ
എന്റെ ശരീരത്തെ മെല്ലെ ചുംബിക്കുന്നല്ലോ,
ഞാനിതാ പുഴയിലേക്കൊരു
നക്ഷത്രത്തെ ഒഴുക്കി വിടുന്നു.
എന്റെ മനസ്സ് ഇപ്പോൾ ശാന്തമാണ്.
നീ വരും വരെ എനിക്ക് ഏകാന്തതയുമായി
പിണങ്ങിയിരിക്കണമെന്നുണ്ട്.
എത്ര സുന്ദരിയായിരുന്നു നീ.
നിന്റെ മിഴികൾ ഞാൻ
പല വർണ്ണക്കൂട്ടുകളാൽ വരച്ചുവച്ചിരിക്കുന്നു.
അലങ്കരിച്ച ഒരു തോണിയിൽ
നീ എന്നിലേക്ക് മടങ്ങിവരുംവരെ
ഞാൻ എന്നോടു തന്നെ പ്രണയം
പറഞ്ഞുകൊണ്ടിരിക്കട്ടെ.

ജിബ്രാൻ

ഹാലാ,

ഞാൻ സ്വപ്നം കാണുന്നു.
മുന്തിരിവള്ളികളിൽ നിറയെ
ഋതുശോഭയാർന്ന നക്ഷത്രത്തൊങ്ങലുകൾ.
ദൈവമിതാ, ഒരു കൈക്കുടന്നനിറയെ
സുഗന്ധം കൊണ്ടുവന്നിരിക്കുന്നു.
വാടിത്തുടങ്ങിയ പൂവുകൾക്കുമേൽ
അവൻ സുഗന്ധം വിതറുന്നു.
അതുകണ്ടിരിക്കുന്ന നിന്റെ
കവിൾത്തടങ്ങളിലാകെ അതിന്റെ
സിന്ദൂരം നിറഞ്ഞിരിക്കുന്നു.
ദൈവം കിന്നരം വായിക്കുമ്പോഴെല്ലാം
നാം നൃത്തം ചവിട്ടുകയായിരുന്നല്ലോ.
ഒരിക്കൽക്കൂടി നീ ഇവിടേക്കു വരൂ.
ഈ പാനപാത്രത്തിൽ തുളുമ്പി നിൽക്കുന്ന
ഋതുസുഗന്ധം കോരിക്കുടിക്കൂ.
എന്റെ ഹൃദയത്തിനുമേൽ നീയൊരു തൂവലാകൂ.
ഈ ഗാനത്തിൻ അഴകിൽ നീ അലിഞ്ഞൊഴുകൂ.

ജിബ്രാൻ

പ്രിയപ്പെട്ടവളേ,

പർവ്വതശൃംഗത്തിൽ നിന്നൊഴുകുന്ന
ഇളംകാറ്റ് കാണാൻ എന്തുരസമാണെന്നോ.
ഞാനവിടേക്കുള്ള യാത്രയിലാണ്.
ഒരു മഞ്ഞുതുള്ളിയെക്കൂടി അവിടേക്കെനിക്ക്
കൊണ്ടുപോകണമെന്നുണ്ട്.
പ്രിയേ, ആ മഞ്ഞുതുള്ളി നീയാണല്ലോ.
എന്റെ ചിറകുകളിൽ നീ പറ്റിച്ചേർന്നിരുന്നാലും.
തൃഷ്ണകളുടെ മഹാരഥമേറി നമുക്കു നീങ്ങാം.
നിന്റെ സുഗന്ധനിശ്വാസങ്ങൾ എന്നെ
ലഹരിപിടിപ്പിക്കുന്നുണ്ട്. നിന്റെ ഋതുഗാനങ്ങൾ
എന്നെ ആനന്ദിപ്പിക്കുന്നുണ്ട്.
പറയൂ, നിന്റെ മൗനം അനുസരണ നിറഞ്ഞ
ഒരുത്തരം തന്നെയെന്നു ഞാൻ കരുതട്ടെ.

ജിബ്രാൻ

ജെ,

ദേവാലയമുറ്റത്തു വിരിഞ്ഞ
അരളിപ്പൂക്കൾപോലെ നമ്മുടെ സ്വപ്നങ്ങൾ.
അവ എല്ലായ്പ്പോഴും പ്രാർത്ഥനാനിമഗ്നരാണ്.
ചില വേളകളിൽ അവർ കൂട്ടത്തോടെ
നമ്മുടെ ഹൃദയത്തിലേക്കു ചേക്കേറും.
വർണപ്പീലി വിരിച്ച്, നിറകതിർ ചൂടി അവർ
പറന്നിറങ്ങുന്നതു കാണാൻ എന്തു രസമാണ്.
നോക്കൂ, നീയും അതുപോലെയാണ്
എന്റെ ഹൃദയത്തിലേക്ക് പറന്നിറങ്ങുന്നത്.
അനുരാഗിണികളാകെ ഇന്ന് മദിരോത്സവത്തിലാ
ണ്. അവരോടെനിക്ക് പ്രണയം തോന്നിത്തുടങ്ങു
ന്നു. ഈ ഋതുമണ്ഡപത്തിലിരുന്ന്
നമുക്ക് സ്വപ്നങ്ങളെക്കുറിച്ചൊരു ഗാനമാലപി
ക്കാം. കടുത്ത വർണ്ണങ്ങളാൽ
നമുക്കതിൻ പീലികൾ അലങ്കരിക്കാം.
ഈ പകൽ പെയ്തൊഴിയുംമുൻപ്
പ്രണയസ്വപ്നങ്ങളെ നമുക്കു
ക്യാൻവാസിലാകെ കൊരുത്തുവയ്ക്കാം.

ജിബ്രാൻ

പ്രിയപ്പെട്ടവളേ,

ലെബനോണിലെ തളിർവസന്തംപോലെ
മറ്റൊന്നും ഭൂമിയിലില്ല. ഉള്ളത് നീ മാത്രമാണ്.
അതെ, അതെയെന്ന് മുന്തിരിവള്ളികൾ
വിളിച്ചുപറയുന്നു. നീയാകട്ടെ,
'ലെബനോണിലെ തളിർവസന്തമേ,'
എന്ന ഗാനം പാടുന്നു.
നോക്കൂ, ഈ പർവ്വത താഴ്വാരം
എത്ര അരുമയോടെയാണ്
ഈ ഭംഗികളൊക്കെ ഒരുക്കിവച്ചിരിക്കുന്നത്.
ഭൂമിയിലെ ഋതുശോഭയാകെ
ഇവിടെ പീലിവിരിച്ചു നിൽക്കുന്നു.
പ്രിയപ്പെട്ടവളേ, നമുക്കിവിടം
ഉദ്യാനമാക്കേണ്ടതുണ്ട്.
നൃത്തം ചവിട്ടേണ്ടതുണ്ട്.
നമുക്കിവിടെ അലിഞ്ഞൊഴുകേണ്ടതുണ്ട്.

ജിബ്രാൻ

മേയ്സിയാദാ,

ഹേമന്തത്തിനുനൽകിയ
അതേ തൂവലുകൾ തന്നെയാണ് പ്രിയേ,
നിനക്കും ഞാൻ സമ്മാനിച്ചത്.
പക്ഷേ, നീ ഇപ്പോഴും സങ്കടപ്പെടുകയാണല്ലോ.
ഭൂമിയിലെ ഒരേയൊരു
അഴകായിരുന്നുവല്ലോ നീ.
ഇപ്പോഴാകട്ടെ, നൊമ്പരത്താൽ
നിന്റെ അഴകെല്ലാം ചോർന്നുപോയിരിക്കുന്നു.
നിന്റെ കവിളുകൾ പൂക്കുന്ന കാണുവാൻ
എനിക്കെന്തിഷ്ടമാണന്നോ.
നിന്റെ അഴകിൽ എനിക്ക്
അലിഞ്ഞു ചേരാൻ കഴിഞ്ഞെങ്കിൽ....

ജിബ്രാൻ

പ്രിയപ്പെട്ടവളേ,

താനേപാടും ഈ കിന്നരത്തെ
എവിടെനിന്നാണ് നിനക്ക് ലഭിച്ചത്.
ഏതു ഓർമ്മപ്പക്ഷിയാണ് നിനക്കിത്
സമ്മാനമായി തന്നത്.
അഴകിനാൽ തീർത്ത ഈ കിന്നരം ഞാനിതാ
നിന്റെ ഓർമ്മയ്ക്ക് മുൻപിൽ സമർപ്പിക്കുന്നു.
മേഘങ്ങളോടും വെള്ളിൽപ്പക്ഷികളോടും
ഞാനിപ്പോൾ നുണപറഞ്ഞു മടുത്തിരിക്കുന്നു.
അവരിപ്പോഴും നിന്നെ അന്വേഷിച്ചുകൊണ്ട്
ഇവിടേക്ക് കയറിവരാറുണ്ട്.
നോക്കൂ, എന്റെ മോഹങ്ങൾ
എത്ര വേഗത്തിലാണ് കൊഴിഞ്ഞുപോയത്.
പ്രിയേ, ഒരിക്കൽക്കൂടി എന്നരികിലേക്കു വരിക.
എന്റെ നഗ്നതയെ നീ മറയ്ക്കുകില്ലേ.
ഞാനിതാ പഴയ കിന്നരം മീട്ടുന്നു.
അതിനൊപ്പം നീ നൃത്തം ചെയ്യുന്നത്
കാണാൻ എനിക്ക് കൊതിയായി.

ജിബ്രാൻ

മേരിഹാസ്ക്കൽ,

നിലാവിന്റെ മുഗ്ദ്ധമായ ഒരിതൾ ഇതാ,
നക്ഷത്രത്തൂവലുകൾക്കൊപ്പം പെയ്തിറങ്ങുന്നു.
അതു കണ്ടിരിക്കുന്ന നമ്മൾ.
എത്ര ചാരുതയാർന്ന നിമിഷമായിരുന്നു അത്.
ശിശിരത്തിന്റെ അരിക് ചേർന്നൊഴുകുന്ന
ഒരു പുഴയായിരുന്നല്ലോ നാം.
നമ്മുടെ ഹൃദയത്തിലാകെ
നക്ഷത്രമുഖം ചാർത്തിയ കിനാവുകൾ.
ആനന്ദത്തിന്റെയും അഴകിന്റെയും
ഈ പകൽ കൊഴിയാതിരുന്നെങ്കിൽ.
എന്റെ തല്പത്തിൽ നീ തളർന്നുറങ്ങുമ്പോൾ
ഈ മേഘങ്ങൾ വന്ന്
പായാരം പറയാതിരുന്നെങ്കിൽ.
'നീയെന്റേത്, നീയെന്റേത്' എന്ന് മന്ത്രിക്കുന്ന
ഇളംതെന്നൽ പ്രണയസുഗന്ധത്താൽ
ഈ പ്രപഞ്ചത്തെ അലങ്കരിച്ചെങ്കിൽ.

ജിബ്രാൻ

പ്രിയപ്പെട്ട ജെ,

ഈ രാക്കടലിൻ അഗാധതയിൽ നിന്ന്
തോണികളുടെ വരവ്.
നാം നോക്കിനിൽക്കേ ഒരു നക്ഷത്രം
ഭൂമിയിലേക്കിറങ്ങിവന്ന്
തോണിതുഴയാൻ തയ്യാറെടുക്കുന്നു.
നീയാ നക്ഷത്രത്തിനൊപ്പം
തോണിതുഴയാൻ കൂടി.
നൃത്തം ചവിട്ടുന്ന നിലാവലകളിൽ
നീയാകുന്ന മാലാഖ ഇതെല്ലാം
കണ്ടു നിൽക്കുകയായിരുന്നു.
എന്റെ നിശ്ശബ്ദതയെ നീ ഉടച്ചുകളഞ്ഞാലും.
ജലവിരലുകളിൽപിടിച്ച് നീന്തുന്ന
നിന്റെ കാമനകൾക്കൊപ്പം
എന്നെക്കൂടി നീ അണച്ചു പിടിച്ചാലും.
നീ എന്റെ പ്രണയത്തെ
ചുംബിച്ചുണർത്തിയാലും.

ജിബ്രാൻ

ഹാലാ,

ഭൂമി ആകാശത്തിനോട് പ്രണയിക്കൂ,
പ്രണയിക്കൂ എന്ന് മന്ത്രിക്കുന്നു.
അതു കേട്ടിരിക്കുന്ന നാമെത്ര ഭാഗ്യമുള്ളവരാണ്.
നിലാവ് പെയ്തിറങ്ങിയ നിന്റെ മുഖം
ഞാൻ കാണുകയായിരുന്നു.
ഭൂമിയിലെ ഒരേയൊരു ചാരുതയാർന്ന ദൃശ്യം
അതുമാത്രമായിരുന്നല്ലോ.
നീയെന്നെ ഹൃദയത്തിലേക്ക്
ചേർത്ത് അമർത്തുന്നു.
എന്റെ ശ്വാസവേഗങ്ങൾക്ക് നീ ഉന്മാദം പകരുന്നു.
നമുക്ക് ചിറകുകൾ മുളയ്ക്കുന്നു.
നമ്മുടെ ചുണ്ടുകളിലാകെ തേൻ നിറയുന്നു.
നമ്മൾ ഒരുമിച്ച് പറക്കുന്നു.

ജിബ്രാൻ

പ്രിയപ്പെട്ട എമിലി,

നിലാവിൽ അലസം ഒഴുകുന്ന
മേഘദളം പോലെ ഞാൻ.
നീയാകട്ടെ, ചാന്ദ്രകിരണങ്ങളാൽ തീർത്ത
രഥത്തിലേറി മദാലസയായി നീങ്ങുന്നു.
നാമെങ്ങനെ പ്രണയിക്കും.
എന്റെ ഉന്മാദത്തിന്റെ കടുവക്കുട്ടികൾ
നിന്റെ മുന്തിരിത്തോട്ടത്തെ
ആക്രമിക്കുകയായിരുന്നല്ലോ.
എന്റെ നെഞ്ചിൽ തളർന്നുറങ്ങുകയായിരുന്ന
പേലവസ്വപ്നങ്ങൾ നിന്റെ ചുണ്ടുകളെ
വല്ലാതെ നോവിക്കുകയായിരുന്നല്ലോ.
നീ ഒരിക്കൽകൂടി നഗ്നയായി വന്നാലും.
എന്റെ ഉന്മാദത്തെ നീ മുന്തിരിച്ചാറാൽ
സ്നാനപ്പെടുത്തുമല്ലോ.

ജിബ്രാൻ

പ്രിയപ്പെട്ട ബാരി,

നഷ്ടപ്പെടലുകളെ ഓർത്ത്
നീ ഇപ്പോഴും സങ്കടപ്പെടുന്നു.
നോക്കൂ, ചുണ്ടിൽ നിന്നൂർന്ന മുന്തിരിച്ചാറ്
ഈ മണ്ണിൽ ലയിച്ചുപോയിരിക്കുന്നു.
ഈ ആകാശനീലിമയിൽനിന്ന് നക്ഷത്രങ്ങൾ
ഭൂമിയിലേക്ക് കൊഴിഞ്ഞുവീണിരിക്കുന്നു.
ഋതുശോഭയാർന്ന ഈ പകൽ വാടിത്തളർന്ന്
രാവിൻമടിയിലേക്ക് വീണു പോയിരിക്കുന്നു.
എനിക്ക് നിന്നെയും, നിനക്ക് എന്നെയും
നഷ്ടപ്പെടുന്നുവോ.
നോക്കൂ, നീ സങ്കടപ്പെടുമ്പോൾ
ഈ ഭൂമിയാകെ വറ്റി വരളും.
ഭൂമിയുടെ ഭംഗിയാകെ ചോർന്നുപോകും.
ഹേ, പ്രണയിനി,
ഞാൻ നിന്നെ അഗാധമായി പ്രണയിക്കുന്നു.
ഹൃദയരക്തത്താൽ പകർത്തിയ
നിന്റെ മുഖമിതാ, ഈ ക്യാൻവാസിലുണ്ട്.
നീ എന്നിലേക്ക് വിരുന്നുവന്നാലും.

ജിബ്രാൻ

മേരി എലിസബത്ത് ഹാസ്ക്കൽ,

നിന്റെ മിഴികളിലാകെ മുന്തിരിവള്ളികൾ
പടർന്നുകയറിയിരിക്കുന്നു.
കൊയ്ത്തുകാലം കഴിഞ്ഞ് പറവകൾ നിന്റെ
മുന്തിരിത്തോട്ടത്തിലേക്ക് വിരുന്നു വരുന്നു.
എരിഞ്ഞടങ്ങും മുൻപ് പകൽ
നിന്നോട് പറഞ്ഞതെന്താണ്.
നീയാകട്ടെ, അതുകേട്ട് ആകെ തളിർത്തു
നിൽക്കുകയായിരുന്നല്ലോ.
നിന്റെ മിഴികളെ എനിക്ക്
അമർത്തി ചുംബിക്കണമെന്നുണ്ട്.
മുന്തിരികൾ അടർത്തിമാറ്റി എന്റെ മിഴികളിൽ
നിന്റെ മിഴികളെ എനിക്ക് കവർന്നെടുക്കാൻ
കഴിഞ്ഞെങ്കിൽ. നിന്റെ ചാരുചുംബനത്താൽ
എനിക്ക് ഉന്മാദിയാകാൻ കഴിഞ്ഞെങ്കിൽ.

ജിബ്രാൻ

പ്രിയപ്പെട്ട ജോസഫൈൻ,

ദൈവം നമുക്കിരുവർക്കുമായി
ഓരോ നക്ഷത്രത്തെ
പാരിതോഷികമായി തന്നിരിക്കുന്നു.
നീയത് മുടിയിഴകളിൽ ചൂടി
ഉദ്യാനത്തിലൂടെ മന്ദം നടക്കുന്നു.
അതു കണ്ടിട്ടാകണം നിന്റെ ആനന്ദത്തിനോട്
എനിക്ക് വല്ലാത്ത അസൂയ തോന്നി.
ഞാനാ ഉദ്യാനത്തെ നശിപ്പിക്കാൻ തീരുമാനിച്ചു.
പക്ഷേ, നശിപ്പിക്കും തോറും
ചെടികൾ കിളിർത്തുകൊണ്ടേയിരുന്നു.
ഞാൻ ഉദ്യാനത്തിൽനിന്ന് പുറത്തായി.
ദൈവം നിന്നെയൊരു മാലാഖയാക്കിയിരിക്കുന്നു.
നിന്റെ ചിറകുകളോടുചേർന്ന് പറക്കാൻ
എന്നിലെ കാമുകൻ വല്ലാതെ കൊതിക്കുന്നു.
ഉദ്യാനം നഷ്ടപ്പെട്ടവനെ നീ പ്രണയിക്കില്ലേ?

ജിബ്രാൻ

ബാരി,

ശരത്ക്കാലമെത്തുമ്പോഴെല്ലാം
നീയാകെ വാടിത്തളരാറുണ്ടല്ലോ.
നോക്കൂ, ഈ മേഘങ്ങൾ നിന്നെ അന്വേഷിച്ചു
വന്നതാണ്. ഞാനവരോട് നമ്മുടെ
പ്രണയത്തെക്കുറിച്ചു പറഞ്ഞു.
നിന്റെ ലജ്ജാവിവശമാം
ചാരുമിഴികളെക്കുറിച്ച് പായാരം പറഞ്ഞു.
നിന്റെ ചൊടികളിൽനിന്നൂർന്ന
ഇളംരക്തം മുന്തിരിച്ചാറായി
ഞാൻ പാനം ചെയ്തതിനെക്കുറിച്ച് പറഞ്ഞു.
നോക്കൂ, അവർ നിന്നെ ഋതുകാല വിരുന്നിന്
ക്ഷണിക്കാൻ വന്നവരാണ്.
ഇതാ, അവർ നിനക്കായ് കൊണ്ടുവന്ന
കിന്നരി താനേ പാടുന്നു.
അതു കേട്ടിരിക്കുമ്പോൾ, എന്റെ ഹൃദയം
വല്ലാതെ വിങ്ങിപ്പോകുന്നുണ്ട്.
പ്രിയേ, നിന്റെ ചാരുമിഴികളിൽ തെളിയും
നക്ഷത്ര ഭംഗി ഒരിക്കലും ചോർന്നു പോകരുതേ.
നിന്റെ ഇളംചൂടിൽ എനിക്ക്
അലിഞ്ഞു ചേരാൻ കഴിഞ്ഞെങ്കിൽ.

ജിബ്രാൻ

എമിലി മിഖേൽ,

മിന്നൽപ്പക്ഷികൾ കൂടൊരുക്കും പോലെയാണ്
നിലാവിൽ നാം കൂടൊരുക്കിയത്.
നോക്കൂ, അതൊരു ശൈത്യരാവായി
രുന്നെങ്കിൽക്കൂടി മിന്നൽപക്ഷികൾ
നമ്മുടെ വേനൽകുടീരം കാണാനെത്തി.
അവരെന്താണ് പാരിതോഷികമായി
നമുക്കു തന്നത്. അത് ചോരയൊലിക്കുന്ന ഒരു
ഹൃദയമായിരുന്നല്ലോ. ഒരു ഭഗ്നപ്രണയത്തിന്റെ
നിത്യസ്മാരകം. ഹേ, മിന്നൽപ്പക്ഷികളേ,
നിങ്ങളുടെ പാരിതോഷികം തിരിച്ചെടുത്താലും.
ഞങ്ങളുടെ കൂടാരത്തിനുള്ളിൽ വിടർന്ന
നിന്റെ തളിരാധരങ്ങൾ എന്റെ അധരങ്ങളോട്
മന്ത്രിച്ചത് ഞാൻ കേട്ടതാണ്.
നമ്മുടെ പ്രണയം അനശ്വരമായിരിക്കട്ടെ.
നമ്മുടെ ഹൃദയം പ്രണയത്താൽ
ഹർഷോന്മാദത്തിലാകട്ടെ.
മിന്നൽപ്പക്ഷികളേ, ഞങ്ങളുടെ
പ്രണയഗാനം നിങ്ങൾകേൾക്കുന്നില്ലേ.
അതു കേട്ട് നിങ്ങൾ നൃത്തം ചവിട്ടുന്നില്ലേ?

ജിബ്രാൻ

മേരി എലിസബത്ത് ഹാസ്ക്കൽ

നക്ഷത്രമത്സ്യങ്ങളെ നോക്കൂ,
അവർ സമുദ്രഹൃദയത്തിൽ നിന്ന്
ഭൂമിയുടെ ചാരുതകാണാൻ ഉറ്റു നോക്കുകയാണ്.
നിന്റെ വിരലുകളിലൂടൂർന്ന ജലകണങ്ങൾ
ഈ പുൽനാമ്പുകളെ ഒന്നു നനച്ചെങ്കിൽ.
ഞാൻ പറയട്ടെ, നക്ഷത്രമത്സ്യങ്ങളോടൊപ്പം
കേളികളാടുന്ന നിന്നെ കാണാൻ
എന്തു ഭംഗിയാണെന്നോ.
അതെ, നിന്റെ സ്വരവിരലുകളാൽ തീർത്ത
ഈ പ്രപഞ്ചസംഗീതം പെയ്തൊഴിയാതിരുന്നെങ്കിൽ.
എന്റെ കാമനകളെ നീ ഓമനിച്ചാലും.
എന്റെ മൗനങ്ങളെ നീ വാചാലമാക്കിയാലും.

ജിബ്രാൻ

പ്രിയപ്പെട്ട ഹാലാ,

ജലവിരലുകളിൽ പിടിച്ചു നീന്തുന്ന
ഓർമ്മകൾക്കൊപ്പം നീയും
പോയ്മറഞ്ഞിരിക്കുന്നു.
നിന്റെ നാദധാര ഓർത്തെടുക്കാൻ
ഞാനിനി എന്തു ചെയ്യണം.
പുഴയിൽ അലിഞ്ഞൊഴുകുന്ന
നിന്റെ മാനസം ഞാനറിയുന്നുണ്ട്.
നീ വെള്ളാരം കല്ലുകളോടും മത്സ്യങ്ങളോടും
കേളികളാടുമ്പോൾ ചിന്നിച്ചിതറുന്ന
കാമനകൾ ഞാനറിയുന്നുണ്ട്.
പ്രിയപ്പെട്ടവളേ, വിതുമ്പിപ്പോയ
എന്റെ ഹൃദയം നീ അറിയുന്നില്ലേ?
മുന്തിരിയിലകൾ അടർന്നുവീഴുംപോലെ
ഞാനിതാ ഭൂമിയിലേക്ക് നിപതിക്കുന്നു.
നിന്റെ (എന്റെയും) പ്രണയം ഒരിക്കലും
അവസാനിക്കാതിരുന്നെങ്കിൽ.
ചെമ്മരിയാടുകൾപോലെ കിനാവുകൾ
ഒന്നിനുപിന്നാലെ ഒന്നായി വന്ന്
ഈ ഓർമ്മകളെ ചുംബിച്ചിരുന്നെങ്കിൽ.

ജിബ്രാൻ

ഹാലാ,

പ്രണയിക്കുമ്പോൾ നമ്മൾ പർവ്വതങ്ങളും
സമുദ്രങ്ങളുമായി രൂപാന്തരം പ്രാപിക്കും.
അതിനു മുൻപ് നമ്മൾ
പുൽക്കൊടികൾ മാത്രമായിരുന്നല്ലോ.
നോക്കൂ, സദാ പുഞ്ചിരിച്ചുകൊണ്ടു നിൽക്കുന്ന
ഈ വെൺപ്പിറാവുകൾ നമ്മുടെ വിശുദ്ധമാം
അനുരാഗത്തെ ആഴത്തിൽ ഇഷ്ടപ്പെടും പോലെ.
അവരുടെ നനുത്ത ചുണ്ടുകളിൽ
നിറഞ്ഞൊഴുകുന്ന അമൃതഗാനം
ഏറ്റുപാടാൻ എനിക്ക് കഴിയുന്നില്ലല്ലോ.
ഓരോ നിമിഷവും ഹൃദയബന്ധമുള്ള
ഓരോ പകലുകളാണ് നമുക്ക് നഷ്ടപ്പെടുന്നത്.
രാവിൽ നാം നിശാശലഭങ്ങളായിരുന്നുവല്ലോ.
കടുപ്പം കുറഞ്ഞ വീഞ്ഞാൽ
ഉന്മാദത്തിലെത്തുംവരെ നാം നിശ്ശബ്ദം
പ്രണയിച്ചുകൊണ്ടേയിരിക്കുക.

ജിബ്രാൻ

എമിലി,

നിശ്ചലസമുദ്രം പോലെ എന്റെ വികാരങ്ങൾ.
അവിടേക്ക് ആരുംതന്നെ
ഇപ്പോൾ തോണി തുഴഞ്ഞുവരാറില്ല.
പ്രിയപ്പട്ടവളേ, നിന്നെക്കുറിച്ചുള്ള
ഓർമ്മയാകണം ഇപ്പോഴും തിരമാലകൾപോലെ
തീരത്തേക്ക് ആഞ്ഞടിക്കുന്നുണ്ട്.
എന്റെ ആത്മാവേ, നങ്കൂരമിട്ടിരിക്കുന്ന
ഈ പെൺകപ്പലിനെ ഒന്നു നോക്കുക.
ഏതു വേലിയേറ്റത്തിലും അത് ലക്ഷ്യം വിട്ട്
എന്നിൽ നിന്ന് കടന്നു പോകില്ല.
എന്റെ പ്രിയപ്പെട്ട യാനപാത്രമേ,
എന്റെ നിശ്ചലതയെ ഓളപ്പരപ്പുകളാലൊന്ന്
കോരിത്തരിപ്പിക്കുക. എന്റെ ചിറകുകൾ
വർഷരാഗങ്ങൾ പോലെ നനയട്ടെ.
എന്റെ ശരീരം നിന്റെ ശരീരം പോലെ
ഒരു തോണിയാകട്ടെ.

ജിബ്രാൻ

എമിലി,

നക്ഷത്രങ്ങളെ കാണുമ്പോഴെല്ലാം
നീ സങ്കടപ്പെടുന്നതെന്തിനാണ്.
നിന്റെ നിറമിഴികൾ എനിക്ക് കണ്ടിരിക്കാനാവില്ല.
നീ നക്ഷത്രങ്ങളെ മറന്നുകളയൂ.
ഹേ, നിശാശലഭങ്ങളേ,
നിങ്ങളെന്തിനാണ് എന്റെ പ്രണയിനിയുടെ
കവിളുകളെ അലങ്കരിക്കുന്നത്.
ഭൂമിയോളം പഴക്കമേറിയ ഈ കിന്നരം
ഇന്ന് നമുക്കുവേണ്ടിയാണ് പാടുന്നത്.
അതു കേട്ടിരിക്കേ നമ്മുടെ പ്രണയത്തിന്
ചിറകുകൾ മുളയ്ക്കുന്നു.
നാം മെല്ലെ ആകാശത്തിലൂടെ പറന്നുനടക്കുന്നു.
നീ എന്നോട് ഭയം തോന്നുന്നുവെന്ന്
പതിയെ മന്ത്രിക്കുന്നു.
ഞാനാകട്ടെ, നിന്റെ കവിളുകൾ
ഹൃദയത്തിലേക്ക് മെല്ലെ ചേർത്തുവച്ച്
ഉയരത്തിൽ, അതിലും ഉയരത്തിൽ
പറന്നു നടക്കുകയായിരുന്നല്ലോ.

ജിബ്രാൻ

മേരി എലിസബത്ത്,

നദിയുടെ മനസ്സാണ് നിന്റേത്.
എനിക്ക് തോണിയുടെ വിലോലമാം മനസ്സും.
രാപകലുകളിൽ നാം എത്രനേരമാണ്
ചുംബിച്ചൊഴുകുന്നത്. നോക്കൂ,
പേരറിയാപ്പക്ഷികൾ പറന്നുവന്ന് നിന്നോട്
പ്രണയാഭ്യർത്ഥന നടത്തുന്നു. നീ അവരോട്
എന്റെ പേര് വിളിച്ചു പറഞ്ഞു. ആപ്പിൾ
മരങ്ങൾ തളിർത്ത ശിരസ്സുതാഴ്ത്തി
നിന്റെ വാക്കുകൾ കേട്ടുനിൽക്കുന്നു.
ഞാനെത്ര ഭാഗ്യവാനാണ്. നദിയും
തോണിയുമാകും മുൻപ് നാം ആരായിരുന്നു?

ജിബ്രാൻ

പ്രിയപ്പെട്ട ബാരി,

പ്രണയം ഞാനാദ്യം അനുഭവിച്ചത്
നിന്റെ മിഴികളിലൂടായിരുന്നല്ലോ.
ഇപ്പോഴാകട്ടെ, ലജ്ജാവിവശമാം
നിന്റെ മിഴികൾ നിറയെ വസന്തചാരുത.
വെളിച്ചത്തിന്റെ ഒരിതൾ മെല്ലെ
നിന്റെ മിഴികളിൽ സ്പർശിക്കുന്നു.
അതെന്നെ ഹൃദ്യമായി പ്രകാശത്തിന്റെ
ഗോപുരങ്ങൾ കാട്ടിത്തരാൻ ക്ഷണിക്കുന്നു.
പ്രിയേ, നക്ഷത്രങ്ങളും മേഘങ്ങളും
പിണങ്ങിക്കഴിഞ്ഞാലും ഭൂമിയുടെ
നനവാർന്ന ഹൃദയത്തെ തേടി നമുക്ക്
പറന്നു പോകാമല്ലോ. അതുവരെ നിന്റെ മിഴികൾ
കൂടുതൽ ഉന്മത്തമാകട്ടെ.

ജിബ്രാൻ

ജെ,

എന്റെ ഭ്രാന്ത് നിന്റെ കവിതകളെ
വീണ്ടും അമർത്തി ചുംബിക്കുന്നു.
നീയാകട്ടെ ലജ്ജാവിവശമാം മിഴികളാൽ
അത് ആസ്വദിക്കുന്നു. എന്റെ കന്യാനക്ഷത്രമേ,
നീ ലെബനോൺ താഴ്‌വാരത്തിലേക്ക്
ഒരിക്കൽക്കൂടി ഒഴുകി വന്നാലും.
ഞാൻ നിന്നെ ഒരു പൂമരം പോലെ
ആസ്വദിക്കട്ടെ. നീ എന്തിനാണിപ്പോൾ
ജാലകമടിച്ചു കളഞ്ഞത്?

ജിബ്രാൻ

ഹാലാ,

മേഘങ്ങൾ പ്രണയോന്മാദത്താൽ
കൂമ്പിപ്പോയിരിക്കുന്നു. ഓക്കുമരത്തിന്റെ
തളിരിലകൾ വാടിത്തളർന്നിരിക്കുന്നു.
കുലീനതയാർന്ന വെള്ളിൽപ്പക്ഷികൾ
ഋതുഗാനം പാടുന്നുണ്ട്. ഇപ്പോഴാകട്ടെ,
ഭൂമിയിലേക്ക് തിരിച്ചുപോകാനുള്ള
ആഗ്രഹം അപ്സരസ്സുകൾ ഉപേക്ഷിച്ചിരിക്കുന്നു.
നമ്മുടെ പ്രണയം ഇത്ര അനശ്വരമായിരു
ന്നുവോ? പർവ്വതങ്ങളെ നോക്കി
നീ ധ്യാനിക്കുമ്പോൾ ഞാനൊരു
പുൽക്കൊടിയായി
നിന്നരികിലുണ്ടായിരുന്നുവല്ലോ?

ജിബ്രാൻ

പ്രിയപ്പെട്ടവളേ,

നിശാശലഭങ്ങൾ നിന്റെ പ്രണയമാസ്വദിക്കാൻ
പറന്നുവരുന്നു. ഞാനാകട്ടെ അവയെ
ആട്ടിപായിക്കാൻ തക്കം പാർത്തിരിപ്പാണ്.
പക്ഷേ, നീയവരെ കാത്തിരിക്കുകയല്ലേ?
നോക്കൂ, നമുക്ക് മുൻപിൽ പ്രണയത്തിന്റെ
കടൽ രൂപംകൊണ്ടിരിക്കുന്നു.
നമുക്ക് ഒരേ ചിറകിനാൽ അത്
കടക്കേണ്ടതുണ്ട്. നിന്റെ ചുംബനത്താൽ
നമുക്ക് മേഘങ്ങളെ കീഴടക്കേണ്ടതുണ്ട്.
ഇളംകാറ്റിനും മഴവില്ലിനും നീ നൽകിയ
പ്രണയോപഹാരം എനിക്കുകൂടി പങ്കുവച്ചാലും.

ജിബ്രാൻ

പ്രിയപ്പെട്ടവളേ,

എന്റെ അധരം നിന്റെ അധരങ്ങളോട്
മിണ്ടിപ്പറയുന്നതെന്താണ്.
അതിൽനിന്നൂറിയ മുന്തിരിച്ചാറിൽ
ആദ്യം മയങ്ങി വീണതാരാണ്.
എന്റെ ശ്വാസവേഗങ്ങളിലൂടെ
നിന്റെ മാറിടത്തിലെ ഇളംചൂട്
മെല്ലെ പടർന്നുകയറുന്നു.
ഞാനാകട്ടെ, ഋതുസുഗന്ധം ചൂടിയ
താഴ്‌വാരങ്ങളെ നോക്കി നെടുവീർപ്പിടുകയാണ്.
നിന്റെ സുഗന്ധം, വികാരത്താൽ പൂവിട്ട
നിൻ തളിർസുഗന്ധം എന്നും
സിരകളിലൂടെ ഒഴുകിപ്പരന്നെങ്കിൽ.
എനിക്കറിയാം നിന്റെ ഹൃദയം
എന്നെ വല്ലാതെ കൊഞ്ചിക്കുന്നുണ്ടെന്ന്.
പ്രിയപ്പെട്ടവളേ, നീ പാടുമ്പോഴെല്ലാം
എനിക്കൊരു പൂമരമാകാൻ കഴിഞ്ഞിരുന്നെങ്കിൽ.

ജിബ്രാൻ

പ്രിയപ്പെട്ടവളേ,

ദേവദാരുക്കൾ പോലെ നിന്റെ സ്വപ്നങ്ങൾ.
അതിനുള്ളിലേക്ക് നീ ആരെയും
പ്രവേശിപ്പിക്കുന്നില്ലല്ലോ.
ഞാനിതാ നിശ്ശബ്ദതയുടെ വാതുക്കൽ
മുട്ടിവിളിക്കുകയാണ്. നിന്റെ മധുരമൊഴികൾ
ഞാനുള്ളിൽനിന്ന് കേൾക്കുന്നുണ്ട്.
നിന്റെ നൃത്തത്തിന്റെ അടരുകൾ ഈ
വാതിൽ തള്ളിത്തുറന്ന് പുറത്തേക്കു വരുന്നുണ്ട്.
നീ എന്നിൽനിന്ന് അകന്നു നിൽക്കുന്നതെന്തിനാണ്.
പ്രിയേ, നീ എന്നെ ആദ്യമായി ചുംബിച്ച രാവ്
എത്ര ആർദ്രതയോടെയാണ് പെയ്തു നിന്നത്.
നിന്റെ തീവ്രവ്യഥയിൽ എനിക്ക്
അലിഞ്ഞുചേരണമെന്നുണ്ട്.
നിന്റെ മിഴിനീരിൽ
എനിക്ക് ഒഴുകിപ്പരക്കണമെന്നുണ്ട്.
പക്ഷേ, ഈ വാതിൽ തുറക്കുംവരെ,
എന്റെ വ്യഥ ഇവിടെ അലിഞ്ഞുതീരട്ടെ.
നിനക്കായി കൊണ്ടുവന്ന ഈ പൂക്കാലം
ഇവിടെ വാടിക്കിടക്കട്ടെ.
നിശ്ശബ്ദതയുടെ വാതുക്കൽ ഞാനിനി എത്തുകില്ല.
ചിറകുകൾ നഷ്ടപ്പെട്ട ഞാൻ
ഭൂമിയിലെ വേനൽക്കാലമായിത്തീരട്ടെ.

ജിബ്രാൻ

പ്രിയപ്പെട്ട മേയ്സിയാദാ,

എത്ര അഗാധമാണ് സമുദ്രത്തിന്നാഴങ്ങൾ.
എത്ര അനന്തമാണ് നഭസ്സിൻ മാനസം.
പുലരിയും സായാഹ്നവും
എത്ര വർണ്ണാഭമാണ്.
ദൈവമേ, എനിക്ക് നീ കൊണ്ടുവന്ന
പഴക്കമേറിയ വീഞ്ഞ് ഉറഞ്ഞുറഞ്ഞ്
ഒരു സുന്ദരിയായിത്തീർന്നിരിക്കുന്നു.
എന്റെ ദാഹത്തെ അവൾ സൗന്ദര്യംകൊണ്ട്
ശമിപ്പിക്കുന്നു. അനുരാഗത്തിന്റെ
രാപകലുകൾക്കായി ഞാൻ നിന്റെ
സ്വർഗ്ഗീയ മാളികയിലേക്കു വരുന്നു.
നിന്റെ കന്യാസുഗന്ധത്താൽ
ഈ ഭൂമി ഊർവ്വരമാകട്ടെ. നിന്റെ ഇളം നീല
മിഴികളാൽ ഈ ഭൂമി ഋതുമതിയാകട്ടെ.

ജിബ്രാൻ

പ്രിയപ്പെട്ട എമിലി,

ജലവിരലുകളിൽ പിടിച്ചുനീന്തുന്ന
രണ്ടു നക്ഷത്രങ്ങൾ.
അവ നമ്മൾ തന്നെ അല്ലേ എന്ന് മേഘങ്ങൾ.
മന്ദമാരുതനിൽ ഒഴുകി അലിയുന്ന
രണ്ട് മേഘമിഥുനങ്ങൾ.
അവർ നമ്മൾതന്നെയെന്നു പരൽ മീനുകൾ.
പക്ഷേ, ഈ വേനൽക്കാലത്തിന്റെ
കൊമ്പുകൾകൊണ്ടു മുറിഞ്ഞ
നമ്മുടെ ഹൃദയങ്ങൾ
ആരാണ് സുഖപ്പെടുത്തുക.
നിന്റെ ഹൃദയവാടിയിൽ വിരിഞ്ഞ
അമരഗീതങ്ങളാൽ
എന്റെ വേദനയൊന്നു ശമിച്ചിരുന്നെങ്കിൽ.
നിശ്ശബ്ദമാം രാവിൻ ഏഴാം യാമത്തിൽ
നീ വന്നെന്നെ ഉണർത്തിയാലും.
എത്ര തീവ്രമായ ആത്മവേദനയാണിത്.
നിന്റെ മധുരം എന്റെ കയ്പിലേക്ക്
ഒന്നലിഞ്ഞു ചേർന്നെങ്കിൽ.

ജിബ്രാൻ

പ്രിയപ്പെട്ട ഹാരാ,

നീ പുകഴ്ത്തിയ മാലാഖമാരിതാ,
നമ്മുടെ ആനന്ദത്തിനൊപ്പം
നൃത്തം ചെയ്യാൻ തയ്യാറായിരിക്കുന്നു.
എന്റെ കന്യാസൗന്ദര്യമേ,
നീ അവരോടൊപ്പം നൃത്തമാടുക.
ഈ ശരീരം മേഘങ്ങളാൽ ഒരുക്കിയെടുത്ത
താണെന്ന് നക്ഷത്രങ്ങൾ കരുതിക്കോട്ടെ.
മഞ്ഞുതുള്ളികൾപോലെ നിന്റെ
പ്രാർത്ഥനാഗീതം.
അതുകേൾക്കുമ്പോഴെല്ലാം
വയലറ്റ് പുഷ്പങ്ങൾ ചൂടിയ
എന്റെ ഹൃദയം പുളകിതമാകുന്നതെന്തേ?
കന്യാസുഗന്ധമേ, കൈകൾ കോർത്ത്,
ചുണ്ടുകൾ വിടർത്തി, മിഴികൾകൂമ്പി
ഓരോ നിമിഷവും ലഹരിപകരുമാറ്
നീയെന്നെ ആലിംഗനം ചെയ്യുക.
നിന്റെ അഗ്നിനൃത്തത്തിൽ ഞാൻ
എരിഞ്ഞടങ്ങട്ടെ.

ജിബ്രാൻ

പ്രിയപ്പെട്ട ജെ,

എത്ര ശാന്തമായാണ് നീ എന്റെ
സംഗീതം കേട്ടിരുന്നത്.
ലില്ലിപ്പൂക്കളും സൈപ്രസ്മരത്തിന്റെ
പീതവർണ്ണം ചൂടിയ തളിരിലകളും
മെല്ലെ കാറ്റത്ത് നൃത്തം ചെയ്യുന്നുണ്ടായിരുന്നു.
നിന്റെ മിഴികൾ അരുണാഭമാർന്നത്
ഞാനറിഞ്ഞിരുന്നില്ലല്ലോ.
സ്വപ്നങ്ങൾ ഒളിച്ചുവയ്ക്കുംപോലെ
നീ എന്തൊക്കെയോ ഇപ്പോൾ
എന്നിൽ നിന്ന് പകുത്ത് മാറ്റിവയ്ക്കുന്നു.
എനിക്കറിയാം, എന്റെ സംഗീതത്തെ
നീ ആഴത്തിൽ ഇഷ്ടപ്പെടുന്നുവെന്ന്.
നോക്കൂ, നിന്റെ കവിതപോലെ
ഭൂമിയിൽ എന്താണ് ഭംഗിയുള്ള മറ്റൊന്ന്?
എല്ലാം പെയ്തസ്തമിക്കുമ്പോഴും
ഈ കവിതകൾ പീലിവിരിച്ചു നിൽക്കും.
എന്റെ ഹൃദയമേ, ഈ രാജകുമാരിയുടെ
വിരലുകൾ നീ അമർത്തി ചുംബിച്ചാലും.
നീ പാടുക. നിന്റെ പാട്ടിനൊപ്പം
ഞാൻ കിന്നരം മീട്ടാം.

ജിബ്രാൻ

പ്രിയപ്പെട്ട ഹാരി,

പകൽ എരിഞ്ഞടങ്ങുംമുൻപ്
രാവിനോടുപറഞ്ഞ പ്രണയവാക്കുകൾ
നീ കുറിച്ചുവയ്ക്കുകയായിരുന്നുവല്ലോ.
പ്രിയേ, നമ്മുടെ സല്ലാപങ്ങൾ ആരാണ്
കുറിച്ചുവച്ചിട്ടുണ്ടാവുക.
നിന്റെ ഹിമാലംകൃതമായ ശിരസ്സ്
ഇന്നേറെ ചാരുതയായി കാണപ്പെടുന്നു.
നിന്റെ വിരലുകൾ, നിന്റെ തേനൂറും അധരങ്ങൾ,
നിന്റെ ചാരുമിഴികൾ എല്ലാം
ഇന്നെന്നെ പ്രലോഭിപ്പിക്കുന്നു.
അഴകിൻ നക്ഷത്രമേ, നിന്റെ മൗനം പോലും
എത്രയോ ഭംഗിനിറഞ്ഞതാണ്.
ഞാനിതാ നിന്റെ കൂടാരത്തിലേക്ക്
പറന്നുവരുന്നു. എന്റെ ചിറകുകൾ
നിന്റെ ചിറകുകളെ വല്ലാതെ പ്രണയിക്കുന്നുണ്ട്.
എനിക്കറിയാം, നിന്റെ ചുണ്ടുകൾ
എന്റെ ചുണ്ടുകളെ വല്ലാതെ
മോഹിക്കുന്നുണ്ടെന്ന്.
പ്രിയേ, നീ എന്നരികത്തിരുന്നാലും.
എന്നെ നീ അമർത്തി ചുംബിച്ചാലും.

ജിബ്രാൻ

പ്രിയപ്പെട്ടവളേ,

മഹത്തായ സന്തോഷം
എന്നൊന്നില്ലാത്തതുപോലെ മഹത്തായ
ദുഃഖം എന്നൊന്നില്ല.
എങ്കിലും, എന്റെ തീരാദുഃഖമേ'
എന്നുപറഞ്ഞ് നീ വിലപിക്കുന്നുണ്ടല്ലോ.
മൂടൽമഞ്ഞിതാ നമുക്കൊരു
പുതുവസ്ത്രം തരുന്നു.
ഋതുഗന്ധം നമ്മുടെ ഹൃദയങ്ങളിലാകെ
ഒഴുകിപ്പരക്കുന്നു. എന്റെ, നഗ്നത
നിനക്കൊളിച്ചിരിക്കാനൊരു കൂടൊരുക്കുന്നു.
വെയിൽവരമ്പിൽ നാം നൃത്തം ചവിട്ടുന്നു.
എന്റെ ഭാഷയിൽ വിരിഞ്ഞ ലില്ലിപ്പൂക്കളെ,
നീ എന്തിനാണ് ഭൂമിയിൽനിന്ന്
കടത്തിക്കളഞ്ഞത്. നോക്കൂ,
പ്രിയപ്പെട്ട ഒരു ഹൃദയം ഇതാ ഭൂമിയിൽ
കിടന്ന് വിലപിക്കുന്നു. അതെന്റെ ഹൃദയം തന്നെ
ആയിരുന്നുവെന്ന് നീ തിരിച്ചറിഞ്ഞല്ലോ.

ജിബ്രാൻ

പ്രിയപ്പെട്ട മേയ്സിയാദാ,

എന്റെ പ്രിയേ, നീയെന്റെ
ആത്മാവിനെ ബലികൊടുത്തുവോ?
നിന്റെ പറുദീസയിലേക്ക് എനിക്കിനി
വരാനാകില്ലല്ലോ. നിന്റെ അൾത്താരയിൽ
പ്രതിഷ്ഠിച്ചിരിക്കുന്ന ഋതുബിംബം
ഇനി പ്രാർത്ഥനയാൽ പുനർജ്ജീവിക്കുകയില്ലല്ലോ.
ഹേ, സുന്ദരീ, നിൻ ആത്മസൗന്ദര്യത്താൽ
സൃഷ്ടിച്ച ശിശുക്കൾക്ക് ഞാനിതാ,
മാലാഖമാരുടെ ചിറകുകൾ നൽകുന്നു.
അവരുടെ വിരലുകളിൽ പിടിച്ച്
നീ നൃത്തം ചെയ്താലും.
എന്റെ സൗന്ദര്യമേ, ഈ പറുദീസയിൽ
നിന്നെന്നെ സ്വതന്ത്രനാക്കിയാലും.
ഹേ, സ്വർഗ്ഗീയ ലാവണ്യമേ,
നീ എന്റെ ഹൃദയത്തിൽ നിന്ന്
വിട്ടുപോകരുതേ. ദേവാലയമണികൾ
ഇതാ മുഴങ്ങുന്നു.
നക്ഷത്രങ്ങൾ മിഴികൾ തുറക്കുന്നു.
ഈ ഭൂമിയാകെ നിന്റെ വരവിൽ
കോരിത്തരിക്കുന്നു.

ജിബ്രാൻ

പ്രിയപ്പെട്ട ജെ,

കുന്നിൻ ചരുവിൽ കരുത്തോടെ നിൽക്കുന്ന
ഈ പുൽക്കൊടിയെ നോക്കൂ.
അവ കാറ്റിന്റെ ഗതിക്കൊപ്പം
ചാഞ്ഞും ചരിഞ്ഞും നിൽക്കുകയാണ്.
സമുദ്രത്തിലിതാ ഒരു പായ്മരം
ഏറെ അസ്വസ്ഥമായി കാണപ്പെടുന്നുണ്ടല്ലോ.
അത് തളരുന്ന വാർദ്ധക്യത്തിന്റെ
ലക്ഷണമാണെന്ന് നീ.
ആകെ പൂത്തു നിൽക്കുന്ന ഒരു പൂവ്,
ആ പൂവിനുള്ളിൽ ഋതുക്കളുടെ കുടമാറ്റം-
അത് ആസ്വദിക്കേണ്ടതുതന്നെയെന്നു
പ്രണയിനികളായ നാം.
നിന്റെ അതിവിശിഷ്ടമായ വിരുന്നിൽ
ഞാൻ പങ്കുകൊണ്ടുവല്ലോ. നിന്റെ ഹൃദയം
എന്നെ സ്വീകരിച്ചു കഴിഞ്ഞുവല്ലോ.

ജിബ്രാൻ

മേരി,

ഹൃദയത്തിന്റെ രഹസ്യങ്ങൾ
ആർക്കാണ് അറിയാൻ കഴിയുന്നത്.
നിന്റെ വസ്ത്രാഞ്ചലത്തിൽ പറ്റിച്ചേർന്ന
ഹിമബിന്ദുക്കൾ ഇതാ ആകാശത്തേക്ക്
ഒന്നൊന്നായി പറന്നുപോകുന്നു.
അവർക്ക് നിന്റെ ഹൃദയം തുറന്നു കാണണം.
അവർ പറയുന്നു. 'ഞാനാ ഹൃദയത്തിന്റെ
കാവൽക്കാരനാണെന്ന്.'
മഞ്ഞുപാളികൾ അടർത്തിനോക്കി
അവർതന്നെ സത്യം തിരിച്ചറിയട്ടെ.
പർവ്വതശൃംഗത്തിലേക്ക് കയറിനിന്ന്
അവർ കണ്ട സത്യത്തെ
ലോകത്തിനോടായി വിളിച്ചുപറയട്ടെ.
അതുവരെയെങ്കിലും എനിക്ക് നിൻ വശ്യമാം
മിഴികളിൽ ഒഴുകി നടക്കണമെന്നുണ്ട്.
എന്റെ മോഹിനീ, നീയെന്റെ ആനന്ദത്തെ
സ്വപ്ന സുന്ദരമാക്കിയാലും.
ഒരല്പനേരം കൂടി നീ എന്നരികത്തിരുന്ന്
എന്റെ ക്ഷീണിത ഹൃദയത്തെ സാന്ത്വനിപ്പിച്ചാലും.

ജിബ്രാൻ

മേരിഹാസ്ക്കൽ,

പ്രിയങ്കരമായതിൽനിന്ന് എന്താണ്
നമുക്ക് നഷ്ടമായത്. ഹൃദയാഭിലാഷത്തിൽ
നിന്നൊരിതൾ. അല്ലെങ്കിൽ നഭസ്സിൽ
നിത്യഋതുവിൽ നിന്നൊരു ദളം.
അതുമല്ലെങ്കിൽ ശിഥിലമാം നമ്മുടെ
രാവിൽനിന്നൊരു മിഴിനീർ.
ഏതാണ് നമുക്ക് നഷ്ടപ്പെട്ടത്?
ഒരു സ്വപ്നാടകനെപ്പോലെ ഒരു മേഘം
നമ്മുടെ ഹൃദയത്തിനു ചുറ്റും കവിതയാൽ
അതിർത്തി വരയ്ക്കുന്നു.
മഹദ്സൗന്ദര്യമേ, നീ മാത്രമെന്തേ
താഴ്വരയിൽ ദുഃഖിച്ചിരിക്കുന്നു.
ഞാനാകട്ടെ, വസന്തപുഷ്പങ്ങളാൽ
നിനക്കൊരു തല്പമൊരുക്കി കാത്തിരിക്കുകയാണ്.
നഷ്ടപ്പെട്ടുവെന്ന് നീ കരുതുന്ന ഹൃദയം,
ഇതാ ഇപ്പോഴും എന്നോടൊപ്പമുണ്ട്.
അത് നിനക്കുവേണ്ടി ദാഹിച്ചിരിപ്പാണ്.
നീ ഇവിടേക്ക് വരില്ലേ? നമ്മുടെ പ്രണയം
ലോകത്തിനോടായി നീ വിളിച്ചു പറയില്ലേ?

ജിബ്രാൻ

പ്രിയപ്പെട്ട ഹാരാ,

നീ ഇപ്പോഴും പഴയ ഗാനംതന്നെ
പാടിക്കൊണ്ടിരിക്കുന്നു.
നിന്റെ സ്വപ്നങ്ങളിലാകെ ഇപ്പോഴും
നരച്ച തൂവലുകൾ നിറഞ്ഞിരിക്കുന്നു.
നിന്റെ പ്രണയം എന്നോട്
ഇപ്പോഴും പരിഭവത്തിലാണ്.
മുന്തിരിച്ചാറാൽ കഴുകിയെടുത്ത
എന്റെ ഹൃദയത്തിനുനേരെ നീ ഇപ്പോഴും
വെറുപ്പിന്റെ ശരങ്ങൾ
എയ്തുകൊണ്ടേയിരിക്കുന്നു.
സ്വപ്നങ്ങളുടെ ചക്രവാളങ്ങൾ
കടന്നുപോകുന്ന പക്ഷി
നീ തന്നെ ആയിരുന്നില്ലേ.
ഉദാത്തമാം നിന്റെ സൗന്ദര്യത്തിന്റെ
കടുത്ത ആരാധകൻ തന്നെയാണ് ഞാൻ.
ഒരു മേഘക്കീറിൽ നീ ഒളിഞ്ഞിരിക്കുന്നെങ്കിലും
എനിക്ക് നിന്നെ വ്യക്തമായി കാണാം.
നിന്റെ നൃത്തം എന്നെ വല്ലാതെ
പ്രലോഭിപ്പിക്കുന്നുണ്ട്.
നിന്റെ പഴയ ഗാനം എന്നെ അനന്തതയിലേക്ക്
ചിറകിലേറ്റി കൊണ്ടുപോകുന്നുണ്ട്.

ജിബ്രാൻ

എമിലി,

എന്റെ വേരുകൾ ആകെ ചതഞ്ഞിരിക്കുന്നു.
അത് ഭൂമിയുടെ ആഴങ്ങളിൽനിന്ന്
പുറകോട്ട് സഞ്ചരിച്ച് ആകെ തളർന്നിരിക്കുന്നു.
നോക്കൂ, ഈ മേഘദളങ്ങൾ കൊണ്ടുവന്ന
ഇത്തിരിപ്പോന്ന വർഷത്താൽ
എനിക്കിനിയും കിളിർക്കുവാനാകുമോ?
ഓർമ്മകളുടെ ചില്ലകളുയർത്തി ഒരു പൂമരം
എന്നെ 'പ്രിയപ്പെട്ടവനേ, പ്രിയപ്പെട്ടവനേ'
എന്ന് വിലോലമായി വിളിക്കുന്നുണ്ട്.
എന്റെ ഹർഷോന്മാദം കണ്ടിട്ടാകണം
ആകാശവീഥിയിൽ രണ്ടു നക്ഷത്രങ്ങൾ
പ്രത്യക്ഷപ്പെട്ടു. അവയിലൊന്ന്
ആനന്ദ നൃത്തം ചെയ്യുന്നുണ്ട്.
മറ്റൊന്നാകട്ടെ കിന്നരം മീട്ടുന്നുണ്ട്.
നിന്റെ ഋതുശോഭയാർന്ന പ്രണയം
എന്നിലേക്ക് ഒഴുകിപ്പരന്നാലും.
എന്റെ വേരുകൾ ഹർഷോന്മാദത്താൽ
നിലവിളിക്കട്ടെ.

ജിബ്രാൻ

പ്രിയപ്പെട്ടവളേ,

ഹേ, മൂകവാനമേ, നിന്റെ ഹൃദയം
നക്ഷത്രങ്ങളെക്കൊണ്ടു
നിറഞ്ഞിരിക്കുന്നുവല്ലോ.
നിന്റെ സ്വർഗ്ഗീയലക്ഷ്യങ്ങൾക്കുനേരെ
ഞങ്ങൾക്ക് ശബ്ദിക്കുവാനാകുന്നില്ലല്ലോ.
ഹേ, അചുംബിതമാം ഹൃദയമേ,
എന്റെ നിശ്ചല സമുദ്രത്തിലേക്കൊരു
തോണിയിറക്കിയാലും.
ഈ ജ്വലന സൂര്യനു ചുറ്റും സൗമ്യദീപ്തിയാൽ
ഞാനൊരു വൃത്തം വരയ്ക്കട്ടെ.
എന്റെ സംഗീതം ഈ ഭൂമിയെ
സാന്ത്വനിപ്പിക്കുമോ? എന്റെ നിശ്ശബ്ദത
ഈ ആകാശത്തെ തണുപ്പിക്കുമോ?
പ്രിയേ, നിന്റെ ഇളംചൂടാർന്ന ഹൃദയത്താൽ
ഈ പാരിതോഷികങ്ങളെല്ലാം
ഏറ്റുവാങ്ങിയാലും. ഞാനിതാ പ്രത്യാശയോടെ,
പുലരുവോളം ഈ മഞ്ഞ്
അനുഭവിച്ചുകൊണ്ടിരിക്കുകയാണ്.
എന്റെ പ്രിയപ്പെട്ട മൂകവാനമേ,
നക്ഷത്ര സുന്ദരികളിലൊരുവളെ
ഭൂമിയിലേക്ക് നീ പറഞ്ഞുവിട്ടാലും.

ജിബ്രാൻ

ജോസഫൈൻ,

പ്രണയത്തിനു മുന്നിൽ കീഴടങ്ങിയവരെ
ഓർത്ത് നമുക്കു വിലപിക്കാം.
അവർ നമ്മുടെ മുൻഗാമികളായിരുന്നല്ലോ.
മലകളിൽനിന്ന് ഭൂമിയിലേക്കൊഴുകുന്ന
ദിവ്യപരിമളം അവരുടെ
ഹൃദയത്തിൽനിന്ന് തുളുമ്പിയതാണ്.
അതെ, ആത്മാവിൽ നിന്നാരംഭിച്ച്
ആത്മാവുകൾ തേടി അലയുന്ന ഒരനശ്വരത
അതിന്റെ പരിമള പ്രവാഹത്തിനുണ്ട്.
ഹേ, പ്രണയമേ, നിന്റെ പ്രാണശ്വാസത്തിൽനിന്ന്
തുളുമ്പിപ്പോയ ആനന്ദത്തിന്റെ ഒരു കണം
എന്റെ വികാരത്തിനെ ഉർവ്വരമാക്കുമോ?
ജീവചൈതന്യം തുളുമ്പുന്ന പ്രണയം
സുഗന്ധാഭിഷിക്തമാം ഈ ശൂന്യതയ്ക്ക്
അലങ്കാരമാവുമോ?
നോക്കൂ, ഞാനിന്ന് ഏകനാണ്.
എന്റെ ഹൃദയത്തിൽ നിന്ന്
ചോര വാർന്നുപോയിരിക്കുന്നു.
പ്രണയമെന്നെ ദിവ്യനാക്കി തീർത്തിരിക്കുന്നു.
അതെ, ഞാൻ ദിവ്യനായിരിക്കുന്നു.

ജിബ്രാൻ

പ്രിയപ്പെട്ട എമിലി,

എന്റെ പ്രിയവസന്തമേ,
നിനക്കെന്താണ് സംഭവിച്ചത്?
വേനലിന്റെ കൊമ്പിൽതട്ടി
നിന്റെ കവിളുകൾ മുറിഞ്ഞിരിക്കുന്നല്ലോ.
പുഴയിൽനിന്ന് നീ പെറുക്കിയെടുത്ത
വെള്ളാരം കല്ലുകൾ ഇന്നിതാ
നിന്നോടു പരിഭവിക്കുകയാണല്ലോ.
ഹേ, സ്വപ്നസുന്ദരി, നിന്റെ കാൽച്ചുവടുകളിൽ
നിന്ന് വിരിഞ്ഞ ഹേമന്തപുഷ്പവള്ളികളിൽ
നിറയെ ഹിമകണങ്ങൾ.
അവ എന്നെ നോക്കി അരുമയോടെ,
'പ്രിയപ്പെട്ടവനേ, പ്രിയപ്പെട്ടവനേ'
എന്നു വിളിക്കുന്നു.
ഞാനാ സംഗീതം ശരിക്കും കേട്ടതാണ്.
കിന്നരംമീട്ടുന്ന നിന്നെ ഞാനപ്പോൾ ഓർത്തു.
നിന്റെ ശലഭമിഴികൾ പാതി അടഞ്ഞു
പോയിരിക്കുന്നു. അതിനാൽ എനിക്ക്
നിന്നെ ഉണർത്താനായില്ല.
നീ എന്തിനാണ് എന്നെ പ്രിയപ്പെട്ടവനേ
എന്നു വിളിക്കുന്നത്?

ജിബ്രാൻ

പ്രിയപ്പെട്ട ജെ,

എന്റെ സ്വപ്നനക്ഷത്രമേ, നീ ഇപ്പോഴും
എന്നിൽനിന്ന് വളരെ അകലെയാണല്ലോ.
നിന്റെ ഇളം നീലനിറമാർന്ന മിഴികൾ
എന്നെ അന്വേഷിക്കുന്നില്ലല്ലോ.
നിന്റെ കവിത എനിക്കെന്തിഷ്ടമായിരുന്നെന്നോ.
നീ കവിതപാടുമ്പോൾ എനിക്ക് നിൻ
ഹൃദയത്തിൽ ഒളിച്ചിരിക്കാൻ തോന്നും.
ഒരിക്കൽ, ഒരു രാവിൽ മുന്തിരിച്ചാറിൽ
സ്നാനപ്പെട്ട കവിതകളിലൊന്ന്
കിന്നരംമീട്ടി നീ പാടിയപ്പോൾ എനിക്ക്
നിൻ ചുണ്ടുകളിൽ ഒളിച്ചിരിക്കാൻ തോന്നി.
നോക്കൂ, ഈ രാവിൽ നമുക്ക് നഗ്നരാകേണ്ടതുണ്ട്.
എന്റെ ഹൃദയം നിന്റെ ഹൃദയത്തിനോട് പതിയെ
മന്ത്രിക്കുന്നത് എന്താണെന്നറിയാമോ?
അതെ, ഞാനത് നന്നായി കേൾക്കുന്നുണ്ട്.
'എന്നെ അമർത്തി ചുംബിക്കൂ, ചുംബിക്കൂ എന്ന്.'

ജിബ്രാൻ

പ്രിയപ്പെട്ടവളേ,

താഴ്വാരത്തു നിറയെ ലില്ലിപ്പൂക്കൾ,
അവയിലൊന്ന് നീ തന്നെ അല്ലേ?
ശാന്തമായൊരു പനിനീർതടാകം.
അതിൽ നിറയെ നക്ഷത്രമിഴികളുള്ള
മത്സ്യങ്ങൾ. അവയിലൊരെണ്ണം
നീ തന്നെ അല്ലേ?
മേയ്മാസത്തിൽ അവസാന
പകലറുതികളിലൊന്നിൽ നീയെന്റെ
അരികിലേക്കു ചേർന്നിരുന്ന്
പറഞ്ഞതെന്താണെന്ന് ഓർമ്മയുണ്ടോ?
വരുംദിനങ്ങളിൽ നാം മാലാഖമാരായി
ത്തീരുമെന്ന് പറഞ്ഞതാരാണ്?
വിദൂരതാരങ്ങളിലൊന്ന്
നമ്മുടെ മൗനത്തെ ഞെരിച്ചമർത്തുന്നു.
നിശാശലഭങ്ങൾ വെളിച്ചത്തെ എന്നപോലെ
വികാരങ്ങൾ നമ്മെ അമർത്തി ചുംബിക്കുന്നു.
നോക്കൂ, ഋതുമതിയായ ഒരുപൂവ്
നമ്മെ നോക്കി പാട്ടുപാടുകയാണ്.
നിലാവ്, അഴിഞ്ഞുപോയ ഉത്തരീയം
വാരിച്ചുറ്റി നൃത്തം ചെയ്യുന്നുണ്ട്.
അതെ, അഴകിന്റെ അക്കരെനിന്ന്
ആരോ നമ്മെ വിളിക്കുന്നുണ്ട്.

ജിബ്രാൻ

മേരിഹാസ്ക്കൽ,

സാന്ദ്രമാം ഈ രാവ് എത്ര അലസമായാണ്
ഇഴഞ്ഞുപോയത്. ബിസ്ഹാരിയിലെ
വേനൽക്കാലം പോലെ ഇതിനും
കടുത്ത ആസ്തിയുണ്ടായിരിക്കുന്നുവോ
എന്ന് തോന്നിപ്പോകുന്നു.
നോക്കൂ, നീ എനിക്കുതന്ന മുന്തിരിപ്പാത്രം
നിറയെ, ഉന്മാദികളായ നക്ഷത്രങ്ങൾ
വീണുകിടക്കുന്നു.
ഞാനത് ചുണ്ടോട് അടുപ്പിക്കുമ്പോഴെല്ലാം
അതിൽ നിന്നൂറിവരുന്ന കയ്പ് എന്നെ
കടുത്ത വേനൽക്കാലത്തിലേക്ക് തള്ളിയിടുന്നു.
എങ്കിലും ഞാനത് ചുണ്ടോടമർത്തുന്നു.
പ്രിയപ്പെട്ടവളേ, നീ തന്ന ആനന്ദത്തെ
എനിക്കൊരിക്കലും കൊടുങ്കാറ്റിലേക്കു
വലിച്ചെറിയാനാകില്ല.
എന്റെ ഓർമ്മകൾ ഭൂമിയിൽ തുളുമ്പി
നിൽക്കും വരെ അതും
എന്നോടൊപ്പമുണ്ടായിരിക്കും.
പ്രിയപ്പെട്ടവളേ, നിന്റെ അധരങ്ങൾ
ഞാൻ ഒരിക്കൽക്കൂടി കവർന്നിടട്ടെ.

ജിബ്രാൻ

പ്രിയപ്പെട്ടവളേ,

രാവിൻ നിശ്ശബ്ദതയിൽനിന്ന്
പ്രിയന്റെ ആനന്ദനാദം നീ കേൾക്കുന്നില്ലേ.
എന്റെ ആത്മാവേ നീയെത്ര
അനുഗൃഹീതനാണ്. എന്റെ സായാഹ്നങ്ങൾ
നിനക്കുവേണ്ടിയായിരുന്നല്ലോ.
പ്രകാശത്തിൽനിന്ന് അനന്തതയിലേക്കുള്ള
യാത്രയ്ക്കിടയിൽ നീയെന്നെ
പരീക്ഷിക്കുകയായിരുന്നല്ലോ.
എന്റെ നഗ്നശരീരം ഇന്നേറെ
തളർന്നുപോയിരിക്കുന്നു. സ്വപ്നങ്ങൾ
സൂക്ഷിച്ചിരുന്ന ഹൃദയം വറ്റിവരണ്ടിരിക്കുന്നു.
നീവരുമ്പോൾ, നിന്നെ സ്വാഗതം ചെയ്യാൻ
പോലും കഴിയാത്തവിധം എന്റെ വിരലുകൾ
ശോഷിച്ചുപോയിരിക്കുന്നു.
പ്രിയപ്പെട്ടവളേ, നിന്റെ ആത്മാർത്ഥതയെ
ഒരു കാലത്തും ഞാൻ ചോദ്യം ചെയ്യുകയില്ല.
ഞാനിപ്പോൾ സ്വർഗ്ഗീയ മാലാഖമാരാൽ
ചുറ്റപ്പെട്ട ആനന്ദചിത്തനാണ്.
ഭൂമിയിലേക്ക് മടങ്ങിയെത്തുംവരെ
നിന്റെ ഇളംചൂട് എന്നെ ഉന്മത്തനാക്കട്ടെ.

ജിബ്രാൻ

പ്രിയപ്പെട്ട ജെ,

സ്വർഗ്ഗത്തിൽനിന്ന് ഭൂമിയിലേക്കുവന്ന
നക്ഷത്രക്കുരുന്നേ,
നീയെൻ പ്രണയിനിയെ കണ്ടുവോ?
അവൾ നിദ്രയിൽനിന്നുണർന്നിരിക്കുന്നു.
അവൾ വസന്തത്തിന്റെ മന്ദഹാസവും
വേനലിന്റെ ആർദ്രതയുമാണ്. എന്റെ അഴകേ,
മുന്തിരിപ്പൂപോലെ വിലോലമാം
നിൻ ചൊടികളിൽ എനിക്കലിഞ്ഞു
ചേരാൻ തിടുക്കമാകുന്നു.
ലില്ലിപ്പൂക്കളിൽ തുളുമ്പിനിൽക്കുന്ന
മഞ്ഞുതുള്ളികൾ നുണയാൻ
ശിശിരത്തിന്റെ വാനമ്പാടികൾ വരുന്നു.
ഞാനിപ്പോഴും കടുത്ത ഏകാന്തത
കുടിച്ചിരിപ്പാണ്. തണുത്തുറഞ്ഞുപോയ
എന്റെ ഹൃദയത്തെ നീ ചുംബിച്ചുണർത്തിയാലും.
പ്രണയത്തിന്റെ വയലറ്റ് പൂക്കളാൽ ഞാനിതാ
നിനക്കൊരു ഹാരം ഒരുക്കിവച്ചിരിക്കുന്നു.
നമുക്ക് ചിറകുകൾ ചേർത്ത് നഭസ്സിലൂടെ
പറന്നു രസിക്കാം.

ജിബ്രാൻ

പ്രിയപ്പെട്ട ഹാരാ,

അഗാധമായ സമുദ്രം
എത്ര കാരുണ്യത്തോടെയാണ്
നിന്റെ തോണികളെ കാത്തുസംരക്ഷിക്കുന്നത്.
എത്ര പുലരികളാണ് തോണികൾക്ക്
അകമ്പടി സേവിക്കുന്നത്.
സ്നേഹത്തിന്റെയും സംതൃപ്തിയുടെയും
ഒരു പകൽ ഇപ്പോഴും
ഇവിടെ പെയ്തു നില്പുണ്ട്.
ജീവിതത്തെ എത്ര ആഴത്തിലാണ്
കടൽത്തിരകൾ വന്ന് ചുംബിക്കുന്നത്.
എന്റെ പ്രണയഭാജനമേ,
നീ മധുരചുംബനങ്ങളാൽ
എന്നെ അനുഗ്രഹിച്ചാലും.
ഞാനിതാ നിന്റെ മുന്നിൽ മുട്ടുകുത്തുന്നു.
നിന്റെ പ്രാർത്ഥനകൾ മുന്തിരിവള്ളികളായി
എന്റെ ഹൃദയത്തിൽ പടർന്നുകയറി
കീഴടക്കുംവരെ ഞാൻ സോളമന്റെ ഗീതങ്ങൾ
വായിച്ചുകൊണ്ടേയിരിക്കും.
എനിക്കറിയാം നീയൊരു
മുന്തിരിത്തോട്ടമാണെന്ന്.
ഞാനോ അതിന്റെ കാവൽക്കാരനും.

ജിബ്രാൻ

എമിലീ,

എവിടെയാണ് എന്റെ പ്രണയിനി?
അവൾ സ്വച്ഛന്ദമായൊരു ഇളംകാറ്റായി
ഇപ്പോളിവിടെ ഉണ്ടായിരുന്നല്ലോ.
ദൈവം നട്ടുനനച്ച ഉദ്യാനത്തിലെവിടെയോ
ഇരുന്ന് അവൾ പാട്ടുപാടുന്നത്
കണ്ടവരുണ്ടായിരുന്നല്ലോ.
ഹേ, മിന്നൽപ്പക്ഷികളേ, എന്റെ പ്രണയിനി
എവിടെയാണ് ഒളിച്ചിരിക്കുന്നത്.
എന്റെ അസ്വസ്ഥമാം ഹൃദയം
അവൾ അറിയുന്നതേ ഇല്ലല്ലോ.
എന്റെ കണ്ണുനീര് അവൾ കാണുന്നില്ലല്ലോ.
എന്റെ വിലാപം അവൾ കേൾക്കുന്നില്ലല്ലോ.
എന്റെ പ്രണയിനീ, എന്റെ പ്രണയിനീ,
നീ എവിടെയാണ്. ഞാനിതാ സമുദ്രത്തിന്റെ
അഗാധതയിലേക്ക് ഒഴുകിപ്പോകുന്നു.

ജിബ്രാൻ

പ്രിയപ്പെട്ടവളേ,

വിരുന്നിനെത്തിച്ചേർന്ന നിന്നോട്
ഞാൻ സ്നേഹരഹിതമാം ഭാഷയിൽ
ഒന്നും പറഞ്ഞില്ലല്ലോ.
പക്ഷേ, വിരുന്നു ശാലയിലേക്ക്
ആഞ്ഞടിച്ച കാറ്റിൽ നിന്റെ തൂവലുകൾ
ഒന്നൊന്നായി പറന്നുപോയപ്പോൾ
എന്റെ ഹൃദയം വല്ലാതെ വേദനിച്ചു.
എന്റെ നിഷ്കളങ്കത അതാരാണ് തിരിച്ചറിയുക.
നീയെന്റെ നാവിനെ തിരിച്ചറിഞ്ഞെങ്കിൽ.
രാക്കാലങ്ങളിൽ ദുഃസ്വപ്നങ്ങളുമായെത്തുന്ന
വിമൂകമാം നിമിഷങ്ങളേ,
നിങ്ങളെന്റെ മാലാഖയെ മുറിപ്പെടുത്തരുതേ.
കേദാർമരങ്ങളിതാ പൂവിട്ടിരിക്കുന്നു.
പനിനീർച്ചെടികളിതാ സുഗന്ധ തൈലമൊരുക്കി
വച്ചിരിക്കുന്നു. നീയെന്റെ പൊട്ടിത്തകർന്ന
ഹൃദയത്തെ ഒന്നു നോക്കിയാലും.
അതിലിപ്പോഴും സ്നേഹത്തിന്റെ
ഒരു ജ്വാല അണയാതിരിപ്പുണ്ട്.

ജിബ്രാൻ

പ്രിയപ്പെട്ട ജെ,

മാന്ത്രികവിരലുകളാൽ നീ കിന്നരം വായിക്കുന്നു. ഭൂമിയിലെ ഒരേയൊരു ഉദ്യാനം അതു കേട്ടിരിക്കുന്നു. വയലറ്റ് പൂക്കൾ നിറഞ്ഞ ഒരു ചെടി, അതിന്റെ നീലാധരങ്ങൾ എല്ലാവരും കാൺകെ ഉയർത്തിപ്പിടിച്ചിരിക്കുന്നു.
ദൈവത്തിന്റെ രഹസ്യങ്ങൾ പേറുന്ന ഒരു പറവ, അതിന്റെ ഇളംചൂടാർന്ന ചിറകുകൾക്കുള്ളിൽ ഒരു മന്ദാരപുഷ്പത്തെ ഒളിപ്പിച്ചുവച്ചിരിക്കുന്നു.
നോക്കൂ, ഞാനീ താഴ്‌വാരത്ത് ആദ്യമായാണ് വരുന്നത്. ഞാനാദ്യമായാണ് നിന്നെക്കാണുന്നത്.
നീ മനസ്സിൽ പറയുന്നത് ഞാൻ ശരിക്കും കേട്ടു.
'ഇതാ ഒരു വിചിത്ര മനുഷ്യൻ.'
അതെ, ഞാനൊരു വിചിത്ര മനുഷ്യൻതന്നെ ആയിരുന്നു. ഭൂമിയിൽ നിന്നെമാത്രം പ്രണയിക്കുന്ന വിചിത്രമനുഷ്യൻ.
ഭൂമിയിൽ നിന്റെ കവിതകൾ മാത്രം കേൾക്കാൻ ആഗ്രഹിക്കുന്ന വിചിത്രമനുഷ്യൻ. ഭൂമിയിൽ നിന്നെ മാത്രം ചുംബിക്കാനാഗ്രഹിക്കുന്ന വിചിത്ര മനുഷ്യൻ.

ജിബ്രാൻ

ജോസഫൈൻ,

നിലാവ് തളിർത്തുകിടക്കുന്നൊരിടം.
അതു നിന്റെ മാറിടം തന്നെയെന്നു ഓർക്കുവാൻ
എനിക്ക് ലജ്ജയുണ്ട്. കാരണം,
കടുത്ത വേനൽക്കാലത്ത് നാമിരുന്ന്
സ്വപ്നംകണ്ടതു മുഴുവൻ മഴക്കാലത്തെ
ക്കുറിച്ചായിരുന്നല്ലോ. പ്രിയപ്പെട്ട കന്യാമുകുളമേ,
മഴക്കാലത്തു നനഞ്ഞൊട്ടിപ്പോയ
നിന്റെ ശരീരം എനിക്കു തരിക.
ഞാനത് ചുംബിച്ച് ചുംബിച്ച് ഉണക്കിയെടുക്കാം.
നോക്കൂ, സൈപ്രസ്മരങ്ങളിൽ ചേക്കേറിയ
ഋതുപക്ഷികളാകെ തണുത്ത് മരവിച്ചിരിപ്പാണ്.
അവർക്കും നമുക്ക് ചൂട് പകരേണ്ടതുണ്ട്.
നാം വിരുന്നൂട്ടിയ മിന്നൽപ്പക്ഷികൾ
കൊക്കുരുമ്മി ഇതാ നമ്മുടെ കൂടാരത്തിലേക്ക്
പറന്നുവരുന്നു. പ്രിയപ്പെട്ടവളേ,
കാലത്തിന്റെ മറുകരനിന്ന് നീ എന്റെ
ഹൃദയത്തിലേക്ക് ചിറക് വിരിച്ചാലും.

ജിബ്രാൻ

മേരിഹാസ്ക്കൽ,

നാം നോക്കിനിൽക്കേ ഒരു മഴമേഘം
വേനലിനെ പ്രണയിക്കുന്നു.
എനിക്കദ്ഭുതം തോന്നി. എന്റെ
ചോരയൊലിക്കുന്ന ഹൃദയം
ആരും കാണുന്നില്ലല്ലോ.
ആരും ആ ഹൃദയത്തെ നോക്കി,
'പാവം ഹൃദയമേ, നിന്നെ ഞാൻ
പ്രണയിക്കുന്നു' എന്നു പറയുന്നില്ലല്ലോ.
വീണ്ടുമിതാ ഒരദ്ഭുതംകൂടി സംഭവിച്ചിരിക്കുന്നു.
താഴ്വാരത്തുനിന്ന് പറന്നെത്തിയ
പരിമളത്തിനുള്ളിൽ ഒരു പെൺകൊടി.
അവൾ നീലമിഴികളുയർത്തി എന്നോടു
പറയുന്നു 'ഞാൻ നിന്നെ പ്രണയിക്കുന്നു' എന്ന്.
എനിക്കത് വിശ്വസിക്കാനായില്ല.
ഞാനൊരു ഉന്മാദിയെപ്പോലെ
ഈ ലോകത്തിനോട് വിളിച്ചുപറഞ്ഞു
'ഞാൻ നിന്നെ പ്രണയിക്കുന്നു'
ഞാൻ നിന്നെ പ്രണയിക്കുന്നു' എന്ന്.
സമുദ്രങ്ങളും പർവ്വതങ്ങളും അതാവർത്തിച്ചു.
ഞാനിതാ നിന്റെ പ്രണയഹൃദയം
എന്റെ ഹൃദയത്തിനോടു ചേർത്തുവച്ച്
തെരുവിലൂടെ നടക്കുന്നു.

ജിബ്രാൻ

പ്രിയപ്പെട്ടവളേ,

ഞാനോർമ്മിക്കുകയായിരുന്നു,
നമുക്ക് പ്രണയം പാരിതോഷികമായി തന്ന
ദൈവം എത്ര കാരുണ്യവാനായിരുന്നു.
അവന്റെ വിരലുകളിൽ പിടിച്ച് എത്ര നേരമാണ്
നാം ചുറ്റി നടന്നത്. അവൻ വിളമ്പിയ
വിരുന്നിനുമുമ്പിൽ നാമിരുന്നത്.
പുഴയിൽ അവനോടൊപ്പം സ്നാനം
ചെയ്യുമ്പോൾ നഗ്നരായിപ്പോയ
നമ്മുടെ ലജ്ജയെക്കുറിച്ച്,
മുന്തിരിച്ചാറിൽ വീണു മയങ്ങിപ്പോയ
നമ്മുടെ കാമനകളെക്കുറിച്ച്.
ദൈവമേ, നീ ഞങ്ങളെ എത്ര
കരുതലോടെയാണ് വഴി നടത്തിയത്.
നിന്റെ വിരലുകളിലൂടൂർന്ന ജപമണികൾ
ഞങ്ങൾ ഹൃദയരക്തത്താൽ
ഏറ്റുവാങ്ങിയ ധന്യനിമിഷങ്ങൾ.
എല്ലാം പെയ്തൊഴിയാതിരുന്നെങ്കിൽ.
എല്ലാം അനുരാഗവിലോലമാം
പുസ്തകത്താളിലേക്ക് പകർത്തുവാൻ
കഴിഞ്ഞെങ്കിൽ. ദൈവമേ, കാലമേ,
ഞങ്ങളെ നീ ഉപേക്ഷിക്കരുതേ,
നീ ഞങ്ങളെ ചുംബിക്കാതിരിക്കരുതേ.

ജിബ്രാൻ

ജോസഫൈൻ,

അനശ്വരതയിൽ പറന്നിറങ്ങിയ
ഒരു പൂവിതൾ മാത്രം മതി പ്രണയത്തെ
അർത്ഥവത്താക്കാൻ. ആ പൂവിതളാകട്ടെ
ഞാനെന്റെ ഹൃദയത്തിലാണ്
സൂക്ഷിച്ചുവച്ചിരിക്കുന്നത്.
സ്നേഹവശ്യതയിൽ ആ പൂവിതൾ
കൊഴിഞ്ഞുപോകുമോ എന്ന് നമ്മൾ ഭയപ്പെട്ടു.
അരുതാത്തത് തന്നെ സംഭവിച്ചു.
അതു നമ്മുടെ ഹൃദയത്തിനു നടുവിൽത്തന്നെ
കൊഴിഞ്ഞുവീണു. എത്ര വിശുദ്ധമായിരുന്നു
അതിന്റെ പ്രാണൻ. നമ്മുടെ ആത്മാവിനാൽ
അതിനെ പുനർജ്ജീവിപ്പിക്കുവാനാകുമോ?
സൈപ്രസ്മരങ്ങളിൽ പൂവിട്ടിരിക്കുന്ന
നക്ഷത്രങ്ങൾ നമ്മുടെ അവസ്ഥ കണ്ട്
വല്ലാതെ തേങ്ങിപ്പോകുന്നുണ്ട്. അനശ്വരതയിൽ
നിന്നിതാ ഒരു തൂവൽകൊഴിയുന്നു.
നിലാവ് അംഗരാഗങ്ങൾ അണിഞ്ഞു തുടങ്ങുന്നു.
പൂവിതൾ അതേ പൂവിലേക്ക് പറന്നു പോകുന്നു.
നമുക്കവളെ ഹൃദയത്തിലെടുത്തുവച്ച്
നൃത്തമാടാം.

ജിബ്രാൻ

എമിലി,

നഗ്നസുന്ദരിമാരുടെ നൃത്തം കഴിഞ്ഞിരിക്കുന്നു.
കേളീവിപിനം നിശ്ശബ്ദമായിരിക്കുന്നു.
താഴ്‌വാരങ്ങളിൽ പൂത്തുവിടർന്ന ലില്ലിപ്പൂക്കൾ
അനന്തതയെനോക്കി പ്രാർത്ഥിക്കുന്നു.
എന്റെ ഹൃദയമേ, ശാന്തമാകൂ.
എന്റെ പ്രണയിനി ഇതാ വന്നു കഴിഞ്ഞു.
അവൾ വീഞ്ഞുവിളമ്പുമ്പോൾ,
നൃത്തം ചെയ്യുമ്പോൾ, ചുംബിക്കുമ്പോൾ,
കേളീപത്മം വരയ്ക്കുമ്പോൾ, നഗ്നയാകുമ്പോൾ,
എന്റെ ഹൃദയമേ,- ഇതെല്ലാം നിനക്കു
വേണ്ടിയായിരുന്നല്ലോ. ഞാനിതാ ഈ
മണൽത്തരികളിൽ നിന്നെ കൊത്തിവയ്ക്കുന്നു.
നീ ഇളംകാറ്റിനൊപ്പം സഞ്ചരിക്കുമ്പോൾ
ഞാൻ ഭൂമിയിലിരുന്ന് നിന്റെ ചാരുവദനം
കൊത്തിവയ്ക്കുകയായിരുന്നു.
സൗരഭ്യംനിറഞ്ഞ നിന്റെ മധുരഗാനം
കേൾക്കാൻ എനിക്ക് കൊതിയായി.
പ്രിയേ, നിന്റെ കാല്പാടുകൾ നോക്കി
ഞാൻ നടക്കുന്നു.

ജിബ്രാൻ

ജെ,

നിന്റെ സർഗാത്മകതയിൽ വിരിഞ്ഞ
അരളിപ്പൂക്കളെ ഞാനിപ്പോഴും
സ്നേഹിക്കുന്നുണ്ട്.
ജന്മ ജന്മാന്തരങ്ങളിൽ നിന്ന്
ഒഴുകിവരുന്നൊരു നദി
ഇപ്പോഴും നമ്മെ സ്വാഗതം ചെയ്യുന്നുണ്ട്.
എന്റേത് ഒരേകാന്തതയുടെ ആത്മാവായിരുന്നു.
ഞാനേറെ പരുക്കനായിരുന്നു.
നിന്റെ കവിതകളെ
ഞാൻ അമർത്തിച്ചുംബിച്ചിരുന്നു.
നിന്റെ മുടിയിഴകളെ, തളിർവിരലുകളെ
ഞാൻ താലോലിച്ചിരുന്നു.
പക്ഷേ, എല്ലാം നീയിന്ന് വിസ്മരിച്ചിരിക്കുന്നു.
നിന്റെ നൃത്തം, ഗാനം, ചിത്രത്താളുകൾ,
സൈപ്രസ്മരങ്ങൾ, അനശ്വരത
എല്ലാം എത്രയോ ഞാൻ അനുഭവിച്ചതാണ്.
എന്റെ അഗാധമാം പ്രണയപ്രവാഹത്തിലേക്ക്
നീ വരില്ലേ? എന്റെ രാവുകളിൽ
നീ നക്ഷത്രമായാലും.

ജിബ്രാൻ

എമിലി,

എന്റെ ആത്മനൊമ്പരങ്ങൾ
നിന്നോടു പറഞ്ഞ് ഞാൻ തളർന്നിരിക്കുന്നു.
നിന്റെ വിസ്മൃതി ഒരർത്ഥത്തിൽ നല്ലതാണ്.
അല്ലായിരുന്നുവെങ്കിൽ വിരുന്നുശാലയിൽവച്ച്
നാം ചുംബിച്ചുപോയേനെ.
എന്റെ തളിർവസന്തം, ഇപ്പോഴും
നിന്റെ ഹൃദയത്തിലിരുന്ന് ധ്യാനിക്കുന്നുണ്ടെന്ന്
നീ അറിയുന്നുണ്ടാകുമോ?
നമ്മുടെ നീലനഭസ്സിലൂടെ വെൺകൊറ്റികൾ
പറന്നുപോയിരുന്നെങ്കിൽ.
'ആത്മാവേ, ആത്മാവേ' എന്നു വിളിച്ച്
നീ ഇപ്പോഴും നിലവിളിക്കുന്നതെന്തിനാണ്?
നിന്റെ പ്രണയത്തിൻ ഉന്മാദ സൗരഭ്യം
ഇപ്പോഴുമെന്നെ വിരുന്നിനു ക്ഷണിക്കാറുണ്ട്.
എന്റെ സ്വപ്നവേദിയിലേക്ക്
നീ നഗ്നയായി വന്നാലും.
എനിക്ക് നിന്നെ പ്രണയിക്കാൻ കഴിയുന്നില്ലല്ലോ.

ജിബ്രാൻ

ഹാരീ,

അനശ്വരതയുടെ സംഗീതംപോലെ
രാവിൻ നീലവിലോലമാം അഴക്.
ഹേമന്തചന്ദ്രികയാൽ
പുഷ്പിണിയായിരിക്കുന്ന ഉദ്യാനം.
നാം നിശ്ശബ്ദരായി, ഈ നദീതീരത്തിരുന്ന്
ചുംബിക്കുകയായിരുന്നല്ലോ.
നക്ഷത്രങ്ങളും നദിയിൽനിന്ന്
പൊന്തിയ പരൽ മീനുകളും
അതു നോക്കി നിൽക്കുകയായിരുന്നുവോ?
അനശ്വരതയുടെ മഹാസംഗീതം
അവർ ആസ്വദിക്കുകയായിരുന്നുവോ?
എന്റെ ഉദ്യാനം ഞാനിതാ നിനക്ക്
പാരിതോഷികമായി തരുന്നു.
നമുക്കൊരുമിച്ച്
ഈ മുന്തിരിച്ചാറ് പാനം ചെയ്യാം.
ഉന്മാദികളാകും മുൻപ് നമുക്ക്
നഗ്നരായി നൃത്തം ചെയ്യാം.

ജിബ്രാൻ

പ്രിയപ്പെട്ട മേയ്സിയാദാ,

ഇതാ, നക്ഷത്രങ്ങൾ പൂത്തുനിൽക്കുന്ന
രാവിന്റെ വിശുദ്ധസൗന്ദര്യം.
അത് ഭൂമിയെനോക്കി ഉറക്കെ പാടുകയാണ്.
മേഘദളങ്ങൾ ഒഴുകിപ്പരന്ന നീലാകാശം.
അതിന്റെ ചാരത്ത് മിന്നൽപ്പിണരുകളുടെ
ആനന്ദനൃത്തം. രാവിന്റെ ജപവിരലുകളിലൂടൂർന്ന്
ഭൂമിയിലേക്കെത്തിയ കുഞ്ഞുനക്ഷത്രമേ,
ഏകാകിയായ എന്നെ സ്നേഹിക്കാതിരിക്കരുതേ.
എന്റെ പ്രണയിനിയെ ചുംബിക്കാതിരിക്കരുതേ.
ഹേ, തളിർവസന്തമേ, നീ ഞങ്ങളുടെ
തല്പമൊരുക്കാമെന്നു പറഞ്ഞിരുന്നല്ലോ.
വെള്ളിമേഘങ്ങളും പരൽമീനുകളും
നമ്മുടെ പ്രണയത്തിനുവേണ്ടി
അഗാധമായി പ്രാർത്ഥിക്കുന്നുണ്ട്.
ഈ പകലൊന്ന് എരിഞ്ഞടങ്ങിയെങ്കിൽ.
എനിക്ക് നിന്റെ രാവുകളെ തലോടാൻ
കൊതിയായി, അനശ്വരതേ, നീ വന്നാലും.

ജിബ്രാൻ

പ്രിയപ്പെട്ട ഹാരാ,

നിലാനക്ഷത്രമേ, നിന്റെ ചിറകുകളിൽ
പറ്റിച്ചേർന്നിരിക്കുന്ന ഹിരണ്മയരാഗം ചൂടിയ
പരാഗങ്ങൾ ഇപ്പോഴും എന്നെക്കുറിച്ച്
പാടുകയാണ്. ഞാനെന്താണ് അവർക്ക്
പാരിതോഷികമായി നൽകേണ്ടത്.
നിന്റെ മൗനമന്ദഹാസത്തിൽ വിടർന്ന
ഒരു പേരറിയാപ്പൂവിനെ അതിനു നൽകിയാലോ.
അതോ, സന്ധ്യകൾ തുന്നിത്തന്ന
പട്ടുകുപ്പായം നൽകിയാലോ?
പ്രണയാർദ്രമാം നിന്റെ മൗനം
എന്നെ കവിയാക്കിയിരിക്കുന്നു.
നിന്റെ മൗനമൊഴികൾ പകർത്തിവയ്ക്കാൻ
ഞാൻ അതിയായി കൊതിക്കുന്നു.
നിലാനക്ഷത്രമേ, എന്റെ പ്രിയപ്പെട്ട
നിലാനക്ഷത്രമേ, നീ വന്നാലും.
എന്റെ ഹൃദയത്തിലാകെ അമൃത് നിറച്ചാലും.
ഞാനും നിന്നെപ്പോലെ വാനമ്പാടിയാകട്ടെ.
ഞാനും നിന്നെപ്പോലെ മൗനമൊഴികളിൽ
പൂത്തുനിൽക്കട്ടെ.

ജിബ്രാൻ

ജെ,

മാലാഖമാരെക്കുറിച്ച് നീ ഇപ്പോഴും
കവിതകളെഴുതിക്കൊണ്ടിരിക്കുന്നു.
അവർ മേഘമാർഗ്ഗങ്ങളിൽ
ഒഴുകി നടക്കുന്നവരാണ്.
ഒരിക്കൽ നീ പറഞ്ഞു
'ഞാനും ഒരു മാലാഖ'യാണെന്ന്.
ഇപ്പോൾ തോന്നുന്നു നീ പറഞ്ഞത്
എത്ര ശരിയായിരുന്നുവെന്ന്.
സൈപ്രസ്മരങ്ങളിൽ പറന്നിറങ്ങുന്ന
വെള്ളിമേഘങ്ങൾ
നിന്റെ കവിതയിലെന്നപോലെ
എന്നോട് കൊഞ്ചുന്നു.
നിന്റെ പേലവമാർന്ന മൊഴികൾ
എന്റെ ആത്മാവിനെയാണ്
തൊട്ടുണർത്തുന്നത്.
അതെന്നെ ഉന്മത്തമാക്കുന്നു.
നീ പിയാനോ വായിക്കുമ്പോഴും
നക്ഷത്രങ്ങളെണ്ണി
ചെപ്പിൽ സൂക്ഷിച്ചുവയ്ക്കുമ്പോഴും
ഞാൻ പ്രാർത്ഥിക്കാറുണ്ട്.
'എന്റെ അരുമയാർന്ന താരമേ, നിന്നെ
ആർക്കാണ് പ്രണയിക്കാതിരിക്കാനാവുക.'

ജിബ്രാൻ

എമിലി,

മുന്തിരിവള്ളികളിതാ തളിർത്തൊരാകാശം
നമുക്കായി ഒരുക്കിവയ്ക്കുന്നു.
പ്രണയകിരീടമണിഞ്ഞ നിലാവ് നമുക്കായി
ഒരരങ്ങ് ഒരുക്കിവയ്ക്കുന്നു.
പക്ഷേ, വിരുന്നുശാലയിൽ നമ്മൾ രണ്ടുപേർ
മാത്രമില്ല. നമ്മൾ ഇപ്പോഴെവിടെയാണ്?
ജലവിരലുകളിൽ പിടിച്ചുനീന്തുന്ന
രണ്ടു നക്ഷത്രങ്ങളെ തടാകത്തിൽ
കണ്ടുവെന്ന് കൊറ്റികൾ വിളിച്ചുപറയുന്നു.
എനിക്കത് വിശ്വസിക്കാനാകുന്നില്ല.
ഇളംകാറ്റ് പറഞ്ഞതാകട്ടെ, മറ്റൊന്നാണ്.
അവൻ പറഞ്ഞു നമ്മെ
'പർവ്വത താഴ്വാരത്തു വച്ചു കണ്ടുവെന്ന്.'
നാമിതിൽ ഏതു വിശ്വസിക്കണം,
ഏത് അവിശ്വസിക്കണം.
ഒന്നുമാത്രം എനിക്കോർമ്മയുണ്ട്.
ആ ദിനം നമ്മൾ നഗ്നരായിരുന്നു.
നമ്മുടെ നഗ്നതയിലൂടെ ഒരു മുന്തിരിവള്ളി
പടർന്നു കയറിയിരുന്നു.
ആത്മസുഗന്ധമേ,
നിന്റെ മാറിലേക്ക് ഞാൻ ചേർന്നുമയങ്ങട്ടെ.

ജിബ്രാൻ

മേരി എലിസബത്ത്,

എന്റെ ഓർമ്മകളിലാകെ മഞ്ഞുതുള്ളികൾ.
വെയിലേറ്റാൽ അതു അലിഞ്ഞുപോകില്ലേ?
എന്റെ സ്വപ്നങ്ങളിലാകെ നിന്റെ ചകിതചാരുത.
ഉണർന്നുപോയാൽ നീയെനിക്കു നഷ്ടപ്പെടില്ലേ?
പ്രിയേ, ജപമാലയുടെ വിശുദ്ധിപോലെ
കൊരുത്തൊരുക്കിയ നിന്നെക്കുറിച്ചുള്ള
മധുരസ്വപ്നങ്ങൾ. അത് വാടിപ്പോകരുതേ
എന്ന് മനസ്സ് മന്ത്രിക്കുന്നു.
പൂവുകൾക്കിടയിൽ ഒളിച്ചിരുന്നു കിന്നരംമീട്ടുന്ന
നിന്നെ കാണാൻ ഞാനതിയായി ആഗ്രഹിച്ചു.
പക്ഷേ, ഈ ഹിമക്കാറ്റ് വന്ന്
എല്ലാം മായ്ച്ചുകളഞ്ഞുവല്ലോ.
എന്റെ മിഴികൾക്ക് ഒരുത്സവമായി നീ വരിക.
ഞാനിതാ വിരുന്നുശാല ഒരുക്കിക്കഴിഞ്ഞു.

ജിബ്രാൻ

എമിലി മിഖേൽ,

ലാവണ്യമേ, നീ എന്നും എന്നോടു കൂടെ.
പിണങ്ങിപ്പിരിഞ്ഞതിൻ ഒന്നാംനാൾ
ഈ അരളിമരം പൂവിട്ടില്ല.
രണ്ടാം നാളിലാകട്ടെ
മുന്തിരിത്തോട്ടമാകെ പൂക്കൾ ചൂടി.
മൂന്നാം നാളിലാണ്
ദൈവം എന്നോടു കോപിച്ചത്.
പ്രിയേ, ദൈവം ഇനിയും
ഇവിടേക്കു വരുംമുൻപ്
നീ അരളിമരത്തെ ചുംബിക്കുക.
മുന്തിരിത്തോട്ടത്തിലാകെ നീ സവാരി ചെയ്യുക.
ദൈവം കോപിക്കാതിരിക്കട്ടെ.

നിന്റെ മിഴികൾ വിരിഞ്ഞിട്ടുണ്ടല്ലോ.
നിന്റെ ചൊടികൾ പൂത്തിട്ടുണ്ടല്ലോ.
ഹൃദയമെന്തേ ഇപ്പോഴും പൂത്തുവിരിഞ്ഞിട്ടില്ല.
എന്റെ ഋതുസുന്ദരീ,
ഞാനിതാ ലെബനോണിന്റെ ഹൃദയം
നിനക്കായി കൊണ്ടുവന്നിരിക്കുന്നു.
നീയത് നിറഞ്ഞ സ്നേഹത്തോടെ
സ്വീകരിച്ചാലും.

ജിബ്രാൻ

പ്രിയപ്പെട്ട ജെ,

പുഴകൾ ഇപ്പോൾ നൃത്തം ചെയ്യാറില്ല.
നീ പറയുംപോലെ പരൽമീനുകൾ
ഇപ്പോൾ ജലോപരിയിൽ പൊന്തിവന്ന്
കിന്നാരം പറയാറില്ല.
പക്ഷേ, എന്റെ പ്രണയിനി,
അവൾ മാത്രം നൃത്തം ചെയ്യുകയും
കിന്നാരം പറയുകയും ചെയ്യുന്നു.
ഞാനെത്ര ഭാഗ്യവാനാണ്.
നിന്റെ നൃത്തം ഇനിയും തുടർന്നാലും.
നിന്റെ കിന്നാരം കേൾക്കാൻ
എനിക്കെന്തിഷ്ടമാണന്നോ.
നിന്നെ കേട്ടിരിക്കുമ്പോൾ
അതെനിക്കൊരു സംഗീതം പോലെയാണ്
ആസ്വദിക്കാൻ കഴിയുന്നത്.
പാരിതോഷികങ്ങൾ നിറഞ്ഞ
ഈ രാവ് നമുക്കായി ഒരു വിരുന്നുശാല
ഒരുക്കിവച്ചിരിക്കുന്നു.
ലെബനോണിലെ കന്യാനക്ഷത്രമേ,
നീ ഇവിടേക്ക് ഒഴുകിവന്നാലും.
നിന്റെ രാഗാലാപനത്താൽ
ഈ മധുശാല ഉന്മത്തമാകട്ടെ.

ജിബ്രാൻ

മേയ്സിയാദാ,

ശലഭങ്ങളോടും മിന്നൽപ്പിണരുകളോടും
നീ പറഞ്ഞ നുണകൾ
എന്നോടും ആവർത്തിക്കുന്നു.
ഞാനത് സാകൂതം കേട്ടുനിൽക്കുന്നു.
എന്റെ മുഖത്ത് ചിരി പടർന്നോ എന്നു
നീ സംശയിച്ചു. നിന്റെ സംശയത്തെ
ഞാനെത്രവേഗത്തിലാണ് മറികടന്നത്.
അതു നിനക്കദ്ഭുതമായിരുന്നു.

നീ എന്താണ് നുണപറഞ്ഞത്.
അത് ഭൂമിയിലറിയാവുന്ന
ഒരേയൊരാൾ ഞാൻ മാത്രമാണ്.
'ഞാൻ നിന്നെ അഗാധമായി പ്രണയിക്കുന്നു.
അതു മറ്റാരോടും പറയരുതെന്ന്'.
ഇതായിരുന്നുവല്ലോ നീ നുണ പറഞ്ഞത്.
പ്രിയപ്പെട്ടവളേ, നിന്നെപ്പോലെ ഞാനുമിന്ന്
ഒരാളെ അഗാധമായി പ്രണയിക്കുന്നു.
അതു നിന്നെയാണ് എന്ന് വിളിച്ചുപറയാൻ
ഞാനാഗ്രഹിക്കുന്നു. ശലഭങ്ങളും
നക്ഷത്രങ്ങളും അതു കേട്ടുനിൽക്കട്ടെ.
അവർ നമുക്കുവേണ്ടി പാട്ടുപാടട്ടെ.

ജിബ്രാൻ

ഹാരാ,

ആത്മാനന്ദമേ, എന്നെ നിയന്ത്രിച്ചാലും.
എന്റെ ഹൃദയത്തെ കഠിനമായി ശാസിച്ചാലും.
എന്റെ പ്രണയിനി സമുദ്രയാത്രയ്ക്ക്
ഒരുങ്ങിക്കഴിഞ്ഞു. അവളെ എനിക്ക്
ആശംസകൾ കൊണ്ട് ആദരിക്കേണ്ടതുണ്ട്.
അവൾ മുന്തിരിത്തോട്ടത്തിൽ
അന്തിയുറങ്ങുന്നവളാണ്.
വേനൽക്കാലങ്ങളിൽ അവൾ പക്ഷിയുടെ
ജന്മമെടുത്ത് നീലവിഹായസ്സിൽ
പറന്നു നടക്കും. അവൾ അഗ്നിയാണ്.
പുൽനാമ്പുകളിൽ തിളങ്ങുന്ന
ഹിമഹൃദയങ്ങളിൽ അവളുടെ മുഖം കാണാം.
അവളെ പ്രണയിക്കാത്തവർ ഭൂമിയിൽ
ആരുംതന്നെ ഉണ്ടാകില്ല. അവൾ എനിക്കും
ഞാനവൾക്കും അഗാധമായി കടപ്പെട്ടിരിക്കുന്നു.

ജിബ്രാൻ

ജെ,

പ്രിയപ്പെട്ടവളേ, നീ എന്തിനാണ്
എന്നെ വിട്ടുപോയത്.
ഞാനിതാ അനശ്വരതയെക്കുറിച്ചുള്ള
ചിത്രങ്ങൾ വരച്ചിരിപ്പാണ്.
എന്നിലിപ്പോൾ ഏകാകിയായ
കവിമാത്രമേ ഉള്ളൂ.
ഹൃദയജാലകങ്ങൾ തുറന്നിട്ടിരിക്കുകയാണ്
ഞാൻ. എന്റെ പ്രാണപ്രണയിനീ,
എന്നിലേക്ക് നീ പറന്നുവന്നാലും.
എന്റെ തൃഷ്ണകളെ നീ ഉർവ്വരമാക്കിയാലും.
എന്റെ നിമിഷങ്ങളെ നീ ഉഴുതുമറിച്ചാലും.
ഞാൻ നിന്നിലൂടെ നല്ല സ്വപ്നങ്ങൾ കാണട്ടെ.
എനിക്ക് നിന്നോടൊപ്പം ചേർന്ന് മൗനത്തിന്റെ
താക്കോൽ കണ്ടെത്തണമെന്നുണ്ട്.
എനിക്ക് നിന്നോടൊപ്പംചേർന്ന്
ക്യാൻവാസുനിറയെ ചിത്രങ്ങൾ
കോർത്തിടണമെന്നുണ്ട്.
എന്റെ ആത്മാവേ ക്ഷമിച്ചാലും.
അവൾ വരുംവരെ എന്നോടൊപ്പം
ചേർന്നിരുന്നാലും.

ജിബ്രാൻ

എമിലി,

നിലാവിനൊപ്പം കേളികളാടിയ
രാവ് ഇതാ പെയ്തൊഴിഞ്ഞിരിക്കുന്നു.
നിന്റെ മിഴികളിലാകെ അതിന്റെ പുളകം
ഇപ്പോഴും ബാക്കിനിൽക്കുന്നുണ്ടല്ലോ.
നോക്കൂ, രാവൊടുങ്ങും മുൻപ്
നമുക്കൊരിക്കൽക്കൂടി നിലാവിനൊപ്പം
കേളികളാടേണ്ടതുണ്ട്. നിലാവ് ചുംബിച്ച
നമ്മുടെ പ്രണയത്തിന് എത്രകാലമിനി
ഭൂമിയിൽ തളിർത്തുനിൽക്കാനാകും.
ഹേ, മിന്നൽപ്പക്ഷികളേ,
നിങ്ങളെന്തിനാണ് ഞങ്ങളുടെ കേളീഗൃഹം
നശിപ്പിച്ചുകളഞ്ഞത്.
അതിനുള്ളിൽ മയങ്ങിക്കിടന്ന ഞങ്ങളുടെ
സ്വപ്നങ്ങളാകെ തകർന്നുപോയല്ലോ.
പ്രിയപ്പെട്ട സ്വരവസന്തമേ,
മിന്നൽപ്പക്ഷികളെ നീ തടഞ്ഞാലും.
നിന്റെ മൊഴികളാൽ അതിനെ
ഭയപ്പെടുത്തിയാലും. ഞാനിതാ
നിലാവിനൊപ്പം കേളികളാടിത്തുടങ്ങുന്നു.

ജിബ്രാൻ

മേരി,

വിരുന്നിൽ പങ്കുകൊള്ളുമ്പോൾ
ഞാൻ നിന്നെ ശ്രദ്ധിക്കുകയായിരുന്നു.
എത്ര ലജ്ജാവിവശമായാണ് നീ നൃത്തമാടിയത്.
മിഴികൾ അലസമായി ആകാശത്തിലും
ഭൂമിയിലുമായി ഒഴുകി നടന്നു.
അധരങ്ങൾ വിടർന്നിരുന്നില്ല.
വിരലുകളിൽ ചായം തേച്ചിരുന്നില്ല.
അംഗവസ്ത്രങ്ങൾ
ആകെ അനാകർഷകമായിരുന്നു.
പ്രിയേ, നിനക്കെന്താണ് സംഭവിച്ചത്.
നിന്റെ മൗനം എന്നെ വല്ലാതെ
ഭയപ്പെടുത്തുന്നു. നിന്റെ ചിലങ്കകൾ
എന്റെ ഹൃദയത്തിലേക്കാരോ
വലിച്ചെറിഞ്ഞിരിക്കുന്നു.
ലെബനോൺ വസന്തമേ,
നീ ഇതിലേ വന്നാലും. നിന്റെ മൗനത്തെ
എനിക്ക് നിർവികാരമാക്കേണ്ടതുണ്ട്.
അതു ചെയ്യാൻ ദൈവമെന്നെ
അനുവദിച്ചിരിക്കുന്നു.

ജിബ്രാൻ

ജെ,

ഈ പുഴ കടക്കാൻ തോണി മാത്രം പോര.
അതിൽ നമ്മുടെ വിരഹാർദ്രമാം
ഹൃദയങ്ങൾകൂടി വേണം.
ഋതുക്കൾ വളർത്തിയ ചാരുനക്ഷത്രങ്ങൾ
ഇപ്പോഴും നമ്മുടെ ശിരസ്സുകൾക്കു മുകളിലുണ്ട്.
അതിനും മേലെ മേഘദളങ്ങൾക്കിടയിൽ
ഒളിച്ചിരുന്ന് കിന്നരംമീട്ടുന്ന മാലാഖമാർ.
നോക്കൂ, നീയിന്നൊരു ഒറ്റനക്ഷത്രമായിരിക്കുന്നു.
അതുകണ്ടിരിക്കുമ്പോൾ എന്റെ ഹൃദയമാകെ
തളിരിടുന്നു. രാപ്പാടികൾ കൊണ്ടുവന്ന
മധുചഷകം ആരോ നമ്മുടെ
ഹൃദയത്തിലേക്ക് പകർന്നുതന്നിരിക്കുന്നു.
സഖീ, നിന്റെ സുഗന്ധാധരങ്ങൾ എന്നെ
വല്ലാതെ മോഹിപ്പിക്കുന്നുണ്ട്.
നിന്റെ നിറയൗവ്വനം എന്നെ കീഴടക്കും മുൻപ്
ഞാൻ നിന്റെ ഹൃദയത്തിൽ അഭയംതേടട്ടെ.

ജിബ്രാൻ

പ്രിയപ്പെട്ടവളേ,

നിന്റെ ഋതുശോഭയാർന്ന പ്രണയം
എപ്പോഴും എന്നോടൊപ്പമാണെന്ന്
ഞാൻ വിശ്വസിക്കുന്നു.
കാരണം എന്റെ വേദനകളിൽ
തൈലം പുരട്ടാൻ നീ
ഓടി എത്താറുണ്ടായിരുന്നല്ലോ.
നോക്കൂ, നാമറിയാതെ താഴ്‌വാരത്തിൽ
നങ്കൂരമിട്ട കൊടുങ്കാറ്റ്
ലെബനോണിലേക്ക് വരാൻ ഭയപ്പെടുന്നു.
നിന്റെ ശാസനകൾ ശരിക്കും ഫലിച്ചിരിക്കുന്നു.
അല്ലായിരുന്നെങ്കിൽ
നമ്മുടെ പ്രണയകേളീ നികുഞ്ജങ്ങൾ
എന്നേ നഷ്ടപ്പെട്ടുപോയേനെ.
നിന്റെ സാന്നിദ്ധ്യം എന്നെ
ജീവിക്കാൻ പ്രേരിപ്പിക്കുന്നു.
നിന്റെ വചനങ്ങൾ എനിക്ക് ഔഷധമാകുന്നു.
നീ എന്റേതുമാത്രമെന്ന്
ഞാൻ ലോകത്തിനോടായി വിളിച്ചു പറയുന്നു.

ജിബ്രാൻ

മേരിഹാസ്ക്കൽ,

നിന്റെ ചകിതചാരുതയാർന്ന മിഴികൾ,
കുങ്കുമാധരങ്ങൾ, ചാരുകവിൾത്തടം,
അഴകേറും മൃദുമാനസം.
പ്രിയേ എന്റെ സ്വപ്നപുസ്തകം
നിറയെ നിന്നെക്കുറിച്ച് വരഞ്ഞിട്ട ഋതുക്കളാണ്.
നോക്കൂ, നമ്മൾ അഗാധമായി
പ്രണയിക്കുകയായിരുന്നല്ലോ.
പ്രണയിക്കുമ്പോൾ നമ്മൾ
ഉന്മാദികളാകുമായിരുന്നല്ലോ.
ഉന്മാദികളെ നോക്കി ചിരിച്ച ഇളംകാറ്റിനോട്
നമ്മൾ കലഹിക്കുമായിരുന്നല്ലോ.
ഇപ്പോൾ എല്ലാം വിസ്മൃതിയിലാണ്ടു
പോയിരിക്കുന്നു. തിരിച്ചുവരാനാകാത്തവിധം
നമ്മുടെ ഹൃദയങ്ങൾ അകന്നുപോയിരിക്കുന്നു.
നോക്കൂ, നാം നട്ടുനനച്ച ഓക്കുമരങ്ങൾ
പൂവിട്ടിരിക്കുന്നു. പൂക്കൾ നമ്മെ തേടുകയാണ്.
തേടിയെത്തുമ്പോൾ നമുക്കൊരുമിച്ചൊരു
ചുംബനം അവയ്ക്ക് നൽകേണ്ടതല്ലേ.

ജിബ്രാൻ

പ്രിയപ്പെട്ടവളേ,

നഗ്നയാമിനികളെ, ലെബനോൺ വസന്തത്തെ
അമർത്തി ചുംബിച്ചിട്ടു പോകൂ.
എന്റെ പ്രിയതമ ഇപ്പോഴും നിങ്ങളോടു
പരിഭവത്തിലാണ്. അവളുടെ മോഹങ്ങളെ
നിങ്ങൾ ഉപേക്ഷിച്ചുവല്ലോ.
ഹേ, പ്രിയങ്കരിയാം ഋതുമുകുളമേ,
നിങ്ങളെന്റെ പ്രാണനെ തിരിയുകയാണോ.
ഇതാ മഞ്ഞുതാഴ്‌വാരങ്ങൾ പൂവിട്ടിരിക്കുന്നു.
പുൽനാമ്പുകളിലാകെ
ജീവപ്രപഞ്ചം തുളുമ്പിനിൽക്കുന്നു.
ആകാശതീരം തഴുകിവരുന്ന മാലാഖമാർ
നിന്നെ വിളിക്കുന്നത് കേൾക്കുന്നില്ലേ.
നിന്റെ മൗനം തകർത്തുകൊണ്ടാണ്
താഴ്‌വാരം ചുറ്റി കാറ്റ് വരുന്നത്.
പ്രണയസുഗന്ധം പേറുന്ന നിന്റെ തളിർമേനി
എനിക്ക് ചുംബിച്ചുണർത്താൻ കഴിഞ്ഞെങ്കിൽ.
ഞാനിതാ അഗാധമായി നിന്നെ ചുംബിക്കുന്നു.

ജിബ്രാൻ

പ്രിയപ്പെട്ട ബാരി,

ഭാസുരമായ നമ്മുടെ പ്രണയം
പകർത്തിവയ്ക്കാൻ ദൈവം ആരെയും
അനുവദിച്ചിട്ടില്ല. പക്ഷേ, ഇളംകാറ്റ്
അത് പകർത്താൻ ശ്രമിക്കുന്നുണ്ടല്ലോ.
ഈ പരൽമീനുകൾ നമ്മുടെ ഭാഷയിൽ
പ്രണയഗീതങ്ങൾ ആലപിക്കുന്നല്ലോ.
പ്രിയേ, നമ്മുടെ ഭാഷയിൽ വിരിഞ്ഞ
ഈ പൂവുകളെ ആരാണ് മോഷ്ടിച്ചു
കൊണ്ടുപോയത്. അകലെ നിന്നെവിടെയോ
ഒരജ്ഞാതഗായകന്റെ പേലവസ്വരം
ഉയർന്നുകേൾക്കുന്നുണ്ട്.
ശിശിരത്തിന്റെ നനുത്ത ചിറകുകളിൽ ചേർന്ന്
ഒരു ഗാനം ഇവിടേക്ക് പറന്നിറങ്ങുന്നുണ്ട്.
നിന്റെ പിയാനോനാദം കൂടി അതിനൊപ്പം
ചേർത്താലും. എന്റെ ഹൃദയം നിന്നെ
വരവേല്ക്കാൻ അണിഞ്ഞൊരുങ്ങിക്കഴിഞ്ഞു.

ജിബ്രാൻ

എന്റെ പ്രിയപ്പെട്ട കൂട്ടുകാരീ,

മാലാഖമാരുടെ ആനന്ദനടനം
കഴിഞ്ഞിരിക്കുന്നു.
നീയെന്റെ അരികിലിരുന്ന്
അതെല്ലാം കണ്ടിരുന്നല്ലോ.
അവർ ദൈവത്തിന്റെ
ഉദ്യാനത്തിൽനിന്നും വന്നവരാണ്.
നൃത്തം കഴിഞ്ഞ്
അവർ മടങ്ങിപ്പോയിരിക്കുന്നു.
ഭൂമിയിലിപ്പോൾ നാം രണ്ടുപേർമാത്രം.
നമ്മുടെ കേളീസൗധങ്ങൾ
ആകർഷകമാക്കേണ്ടതുണ്ട്.
മേഘങ്ങൾ അംഗരാഗങ്ങളുമായി
വരാമെന്നേറ്റിട്ടുണ്ട്.
തളിർത്ത ഒരു ചായം
നിലാവ് തരാമെന്നേറ്റിട്ടുണ്ട്.
ഇളംകാറ്റ് പൂമ്പൊടികളുമായി
എത്താമെന്ന് പറഞ്ഞിട്ടുണ്ട്.
നീ മാത്രമെന്തേ വരാൻ ഇനിയും വൈകുന്നു.

ജിബ്രാൻ

ഹാലാ,

മൗനമേ, നിന്റെ പ്രാർത്ഥനയിൽ
ഞാൻ അലിഞ്ഞുചേരുന്നു.
എന്റെ പ്രണയിനി
ആ പ്രാർത്ഥയിലെ ഒരു ദളമാണ്.
അവളെന്റെ അപൂർണ്ണമായൊരു
സൗന്ദര്യമാണ്.
നീ വിതുമ്പുമ്പോഴെല്ലാം
ഞാൻ പ്രാർത്ഥിക്കുകയായിരുന്നു.
നിന്നെ മഹത്ത്വപ്പെടുത്താനുള്ള
എന്റെ പ്രണയം നീ തിരിച്ചറിയുന്നില്ലല്ലോ.
നോക്കൂ, നമ്മൾ പറന്നുനടന്ന
ആകാശവീഥികൾ ഇന്ന് വരണ്ടുണങ്ങി
പ്പോയിരിക്കുന്നു.
മുന്തിരിവള്ളികൾ പടർന്നുകയറിയ
മേഘമണ്ഡപങ്ങൾ ഇന്നാകെ
തകർന്നുപോയിരിക്കുന്നു.
നമുക്കൊരിക്കൽകൂടി
ചിറകുകൾ കോർത്ത് പറന്നുനടക്കാം.

ജിബ്രാൻ

എമിലീ,

ഞാനെന്റെ ഓർമ്മകളോടു
മല്ലിട്ട് തോറ്റിരിക്കുന്നു.
ഇതുകേട്ട് നീ രസിക്കുന്നുണ്ടാകും.
എനിക്കറിയാം, ഒരുവേള നീയും
തോൽവി സമ്മതിച്ചിരുന്നല്ലോ.
നോക്കൂ, എന്റെ സ്വപ്നത്തിന്
അതിർത്തികൾ ഉണ്ടായിരുന്നില്ല.
പ്രാർത്ഥനകൾക്ക് ചിറകുകൾ
ഉള്ളതുപോലെ ഞാനും എന്റെ സ്വപ്നവും
ഭൂമിയിലാകെ പറന്നു നടന്നിരുന്നു.
ഞാനിപ്പോൾ സ്വതന്ത്രനാണ്.
സങ്കടകരമായ യാതൊന്നും
ഇപ്പോഴെന്റെ മനസ്സിലില്ല.
സംതൃപ്തി എന്നൊരുവാക്ക്
നീ ഒരിക്കൽക്കൂടി പ്രണയത്തിനോടു
ചേർത്തു പറയണമെന്ന് എനിക്കാഗ്രഹമുണ്ട്.
ഈ മരുഭൂമിയിൽ ഞാനിപ്പോൾ ഒറ്റയ്ക്കാണ്.
എന്റെ ആനന്ദം വേദന നിറഞ്ഞതാണ്.
അതു നീയുമായി പങ്കുവയ്ക്കാൻ
ഞാനാഗ്രഹിക്കുന്നില്ല.
ആഗ്രഹിക്കുന്നത് ഒന്നുമാത്രം.
അത് നിനക്കും എനിക്കും അറിവുള്ളതാണല്ലോ.

ജിബ്രാൻ

പ്രിയപ്പെട്ടവളേ,

നിന്റെ കൃതജ്ഞതാഗീതങ്ങൾ
എത്ര ഹൃദ്യമാണ്. അത് ഭൂമിയുടെ
ഹൃദയത്തിലേക്ക് മെല്ലെ പെയ്തിറങ്ങുന്നു.
ദൈവമേ, എന്റെ വിചാരങ്ങൾ പോലെ,
പൂർണ്ണഹൃദയത്തോടെ നീയെന്നെ
സ്വീകരിച്ചുവല്ലോ.
ഇതാ ഗായകസംഘം അമരഗീതങ്ങൾ
ആലപിക്കുവാൻ തയ്യാറാവുന്നു.
വെൺകൊറ്റികൾ പ്രാർത്ഥനാനിമഗ്നരായി
തലതാഴ്ത്തിനിൽക്കുന്നു.
പ്രണയിനിയുടെ മുഖം ഞാനിപ്പോൾ
ഓർക്കുന്നതേ ഇല്ല. എന്റെ ഹൃദയത്തെ
തിരിച്ചറിയണമേ എന്നുള്ള
പ്രാർത്ഥന മാത്രമേ ഇപ്പോഴുള്ളൂ.
ആകാശത്തിലും ആഴിയിലും ഭൂമിയിലുമായി
നിന്റെ ചിറകുകൾ വിരിഞ്ഞിറങ്ങട്ടെ.
മിന്നലുകൾക്കിടയിലെ നിന്റെ നൃത്തം
എത്ര ഹൃദ്യമാണ്. അതു കണ്ടുകണ്ട്
ഞാനെന്നെ വിസ്മരിക്കുന്നു.

ജിബ്രാൻ

പ്രിയപ്പെട്ടവളേ,

എന്റെ പ്രണയം നിന്നോടുകൂടി.
നഷ്ടസ്മൃതികളിൽനിന്ന് നീ ഇപ്പോൾ
മുക്തയായിരിക്കുന്നല്ലോ. ഹൃദയത്തിൽ
ആഴത്തിലൊരു മുറിവ്. അത് എന്റെ
വാക്കുകളിൽ നിന്ന് ഊരിത്തെറിച്ച
ഒരസ്ത്രത്താലായിരുന്നുവോ? ഹൃദയമേ,
ഭയപ്പെടാതിരുന്നാലും. ഈ പക്ഷിക്കൂട്ടങ്ങൾ
ഇപ്പോഴും ഭയപ്പെടുത്തുന്നുണ്ടല്ലോ.
നിന്റെ ചിറകുകൾ എന്റെ
ചിറകുകളെക്കൂടി ചേർത്തുവയ്ക്കുമല്ലോ.

ജിബ്രാൻ